# குழந்தைகளின் பேருலகம்
## (குழந்தைகளின் கல்வி-உளவியல் கட்டுரைகள்)

### சாந்தி பாஸ்கரசந்திரன்

**டிஸ்கவரி பப்ளிகேஷன்ஸ்**
எண்: 9, பிளாட் எண்: 1080A, ரோஹிணி பிளாட்ஸ்,
முனுசாமி சாலை, கே.கே.நகர் மேற்கு,
சென்னை-600 078. பேச: 99404 46650

## குழந்தைகளின் பேருலகம்
ஆசிரியர்: சாந்தி பாஸ்கரசந்திரன்©

## KUZANDHAIKALIN PERULAGAM
Author: **Santhi Baskarachandran**©

First Edition : July - 2021
வெளியீட்டு எண்: 0008
ISBN : 978-81-953269-2-1
Pages : 104
(Thanks: The Sun Smart Foundation International School)
**Rs. 125**

*Publisher • Sales Rights*

| **Discovery Publications** | **Discovery Book Palace (P) Ltd** |
|---|---|
| No. 9, Plot,1080A, | No. 6, Mahaveer Complex, |
| Rohini Flats, | Munusamy Salai, |
| Munusamy Salai, | K.K.Nagar West, |
| K.K.Nagar West, | Chennai-600 078. |
| Chennai - 600 078. | Ph: (044) 4855 7525 |
| Mobile: +91 99404 46650 | Mobile: +91 87545 07070 |

discoverybookpalace@gmail.com
WWW.DISCOVERYBOOKPALACE.COM

இந்த நூலில் பிரசுரமாகியுள்ள எந்த ஒரு பகுதியையும் பதிப்பாளரின் எழுத்துபூர்வமான முன்அனுமதி பெறாமல் எடுத்தாள்வதோ, மறுபிரசுரம் செய்வதோ, மொழியாக்கம் செய்வதோ, அச்சு மற்றும் மின்னணு ஊடகங்களில் மறுபதிப்புச் செய்வதோ, காப்புரிமைச் சட்டப்படி தடை செய்யப்பட்டுள்ளது. இந்த நூலிலிருந்து குறிப்பிட்ட பகுதிகளை மேற்கோள்காட்டி புத்தக விமர்சனம் செய்ய, ஊடகங்களுக்கு மட்டும் அனுமதி உண்டு.

உங்கள் மொபைல் போனிலிருந்து ஸ்கேன் செய்து 'டிஸ்கவரி புக் பேலஸ்' மொபைல் ஆப்பை டவுன்லோடு செய்து, புத்தகங்களை வாங்குங்கள்.

## சாந்தி பாஸ்கரசந்திரன்

நூலாசிரியர் சாந்தி பாஸ்கரசந்திரன் ஆசிரியப் பணியில் 15 ஆண்டுகளுக்கு மேல் அனுபவம் நிறைந்தவர். தஞ்சை, திருச்சி ஆகிய இடங்களில் பணியாற்றி தற்போது சென்னையில் தனியார் பள்ளி ஒன்றில் அறிவியல் ஆசிரியையாகப் பணி புரிந்து வருகிறார்.

அறிவியலில் இளங்கலை பட்டமும், கல்வியியல் பட்டமும் பெற்ற இவர், எளிய முறையில் அறிவியல் பாடம் பயிற்றுவித்தல் தொடர்பான தனிப்பயிற்சியும், 'டிஸ்லெக்சியா' (கற்றல் குறைபாடு) பாதிப்புள்ள குழந்தைகளுக்குப் பயிற்றுவிப்பது குறித்த அடிப்படைப் பயிற்சியும் பெற்றுள்ளார்.

"என் பணிக்காலத்தில் நான் பெற்ற அனுபவத்தின் தொகுப்புதான் இந்தக் கட்டுரைகள். குழந்தைகள் எப்படி இருக்கிறார்களோ அப்படியே அவர்களை ஏற்றுக்கொள்வதுதான் உண்மையான அன்பு. நம்முடைய ஆசைக்கேற்ப அவர்களை மாற்றி அமைத்து அன்பு செலுத்துவது என்பது 'களிமண்ணால் பொம்மை செய்து அதைப் பார்த்து ரசிப்பதைப் போன்றது' என்ற கருத்தை மையமாகக்கொண்டே இந்த நூல் எழுதப்பட்டுள்ளது" என்கிறார் நூலாசிரியர் சாந்தி பாஸ்கரசந்திரன்.

## அணிந்துரை

## கற்றுக் கொடுக்கும் கையேடு

குழந்தைகளுக்கும், அவர்களைப் பெற்றெடுத்து வளர்க்கும் பெற்றோர்களுக்கும், அவர்களுக்குக் கற்றுக் கொடுத்து உயர்த்தும் ஆசிரியர்களுக்கும் உரிய மிகச்சிறந்த கையேடாக விளங்குகிறது இந்த நூல்.

நூலாசிரியர் திருமதி. சாந்தி பாஸ்கரசந்திரன் ஓர் ஆசிரியையாகப் பணியாற்றுவதால் அவருக்குக் கல்வியின் கள நிலவரங்கள், மிகவும் குறிப்பாக வளரிளம் பருவத்துக் குழந்தைகளின் கல்வி, உளவியல் தொடர்பான கள நிலவரங்கள் மிகவும் தெளிவாகத் தெரிந்திருக்கின்றன. அவற்றையெல்லாம் தொகுத்து மிகவும் நேர்த்தியாகவும், செறிவாகவும் இந்த நூலில் பதிவு செய்திருக்கிறார்.

குழந்தைகள், பெற்றோர்கள், ஆசிரியர்கள் என்னும் மூன்று தரப்பினருக்குமான நல்ல வழிகாட்டியாக இந்த நூல் விளங்குகின்றது. இம்மூன்று தரப்பினரின் உளவியல் போக்குகளை அனுபவபூர்வமாக இந்த நூலில் பதிவு செய்திருக்கிறார் திருமதி. சாந்தி பாஸ்கரசந்திரன். இதையே இந்த நூலின் சிறப்பாகவும், வெற்றியாகவும் நான் உணருகின்றேன். பிள்ளைகளுக்குப் புகட்ட வேண்டிய கல்வியைவிட, அதன்பொருட்டு இந்தச் சமூகத்துக்குப் புகட்ட வேண்டியது அதைவிட முதன்மையானது என்கிற கோட்பாட்டில் இந்த நூல் படைக்கப்பட்டிருப்பது நமக்குப் பெருமிதம் தருகிறது.

குழந்தைகளுக்குக் கல்வி புகட்டுவதைக் காட்டிலும் அவர்களைக் கண்டறிவதுதான் ஓர் ஆசிரியரின் முதற்பணி என்பதையும், குழந்தைகளின் உடல்நலமும் அவர்களது உள நலன்களும்தான் முதலில் பாதுகாக்கப்பட வேண்டியவை என்பதும், குடும்பம் மற்றும் பொருளாதார சிக்கல்கள் எப்படியெல்லாம் குழந்தைகளின் உளவியலை வெகுவாக பாதிக்கின்றன என்பதையும் நூலாசிரியர் விளக்கும்போது, நமது குழந்தைகளின் பேருலகைப் புரிந்துகொண்டு நிமிரும்வகையில் நமக்கு ஒரு தெளிவு கிடைக்கிறது.

மேலும், நமது குழந்தைகள் உரிய அறிவு முதிர்ச்சியை இயல்பாகவே பெற்றிருக்கிறார்கள் என்பதையும், அவர்களைக் கையாளுகின்ற பெரியவர்கள்தான் குழந்தைகளைப்போல நடந்துகொள்கிறார்கள் என்பதையும் இந்த நூலின் உளவியலாகப் புரிந்துகொள்கிறோம்.

நிகழ்காலத்தின் தேவையறிந்து எழுதப்பட்ட இந்த நூலைக் காலத்திற்கேற்ற ஒரு கருவூலம் என்றால் அது மிகையில்லை. கருத்தறிவிக்கவும், மெய்ப்புப் பார்க்கவும் இந்த நூலினை வரி வரியாகக் கவனம் செலுத்திப் படித்தவகையில் இதன் உள்ளடக்கமாகத் திகழுகின்ற நற்கருத்துகளின் உண்மைத் தன்மையை நானும் உறுதி செய்கிறேன்.

குழந்தைகளின் உலகினைப் புரிந்துகொண்டு அவர்களைப் பாதுகாத்துப் பண்படுத்துகிற சமூகமே அறிவு முதிர்ச்சி பெற்ற சமூகமாக இருக்கமுடியும். அந்த வகையில் நூலாசிரியரின் இந்த முயற்சியை வளரிளம்பருவக் குழந்தைகளின் கல்வி உலகம் இரு கைநீட்டி வரவேற்கும் என உறுதியாக நம்புகிறேன்.

திருமதி. சாந்தி பாஸ்கரசந்திரன் அவர்கள் குழந்தைகளின் பேருலகம் குறித்து தொடர்ந்து நிறைய எழுத வேண்டும். அவருக்கு நமது நல்வாழ்த்துகள்.

- கவிஞர் ஜெயபாஸ்கரன்

## என்னுரை

# குழந்தைகளைப் புரிந்துகொள்ளுங்கள்!

**‘கல்வி என்பது தகவல்களைச் சேகரித்து மனிதமூளையில் அடுக்குவது அல்ல. அதையும் தாண்டி சிந்திப்பதற்காக மூளையைப் பயிற்றுவிப்பது’** என்று சொல்கிறார் ஆல்பர்ட் ஐன்ஸ்டீன். அதன்படி பார்த்தால், இந்த உலகில் ஒருவர் பெறுகிற அறிவு, அனுபவம், ஆற்றல் ஆகியவற்றின் தொகுப்பே கல்வி. ஒருவர் பெறுகிற கல்வி அவரது ஆளுமைக்கும், ஆற்றலுக்கும் அடித்தளமாக இருந்து ஒவ்வொரு செயலையும் சிறப்பாகச் செய்ய வழி அமைக்க வேண்டும். அதுதான் சிறந்த கல்வியாக இருக்க முடியும்.

கல்வி என்பது அறிவு சார்ந்ததாகவும், திறன் சார்ந்ததாகவும், தொழில் சார்ந்ததாகவும், பண்பாடு சார்ந்ததாகவும் இருக்க வேண்டும். அப்போதுதான் மாணவர்களுக்கு அது சுகமானதாக இருக்கும். இல்லையென்றால் கல்வி என்பது சுமையானதாகவே இருக்கும். புத்தகத்தில் இருப்பதை மனப்பாடம் செய்து, அதை தேர்வுத்தாளில் அப்படியே வாந்தி எடுக்கும் கல்வி முறைதான், கல்வி சுமையானதற்குக் காரணம். இப்போது, அதையும் தாண்டி கொஞ்சம் கொஞ்சமாக மாறி, கல்வி என்பது முற்றிலும் வணிகமயமாகிவிட்டது.

அறிவு நுட்பத்திற்கான அடித்தளமாக இருந்த கல்வி இன்று அந்த நிலையிலிருந்து மாறி, பொருளீட்டுகிற வணிகத்திற்கான படிக்கட்டாக மாறிவிட்டது. அதிகரிக்கும் மக்கள் தொகைக்கு ஏற்றவாறு வடிவமைக்கப்பட்டு கல்வி வணிகமயமாக்கப்பட்டு வருகிறது. ஆசிரியர்களும் விற்பனையாளர்களாக மாறி விற்பனை செய்ய வேண்டிய கட்டாயத்திற்கு ஆளாகிவிட்டனர்.

‘தி கமர்சியலைஸ்டு சைல்டு அண்டு தி நியூ கன்ஷ்யூமர் கல்ச்சர்’ (The commercialized child and the new consumer culture) என்ற நூலை அண்மையில் படித்தேன். அதில், கடந்த நூற்றாண்டுக் குழந்தைகளுக்கும், இந்த நூற்றாண்டுக் குழந்தைகளுக்கும் உள்ள வேறுபாடுகள் மிகச் சரியாக எடுத்துக் கூறப்பட்டுள்ளன. பள்ளியில் தன்னுடன் பயிலும் நண்பன் ஒரு பொருளை வைத்திருந்தான் என்றால், அந்தப் பொருளை எப்படியாவது நாமும் வாங்கிவிட வேண்டும் என்ற ஒரு வித வெறியுடன்தான் இந்த நூற்றாண்டின் குழந்தைகள்

வளர்கிறார்கள். உலகம் முழுக்க இன்றைய குழந்தைகளின் மனநிலை இதுதான். இந்த மனநிலைதான் இன்றைய வணிக உலகில் பெரிய நிறுவனங்களின் முக்கிய முதலீடாகிவிட்டது. இதனால்தான் பல பொருட்கள் குழந்தைகளைக் குறி வைத்துத் தயாரிக்கப்படுகின்றன. அதற்கான விளம்பரங்களும் அவர்களைக் குறி வைத்தே தயாரிக்கப்படுகின்றன' என்று விரிவாக விளக்குகிறது அந்த நூல்.

ஆசிரியப் பணியில் என்னுடைய 15 ஆண்டுகால அனுபவத்தில் நான் புரிந்துகொண்ட, புரிந்துகொள்ள முடியாத, புரிந்துகொள்ள முயற்சிக்கிற பல விசயங்கள் உண்டு. என்னைச் சுற்றி நடக்கிற பல நிகழ்வுகள் என்னை பல்வேறு வழிகளில் சிந்திக்கத் தூண்டும். அதன் விளைவுதான் இந்த நூல் என்றுகூட சொல்லலாம்.

என் வகுப்பில் படித்த ஒரு குழந்தையின் தந்தை, 'மேடம், வீட்டில் இவனுக்காக பிளே ஸ்டேஷன் வாங்கிப் போட்டிருக்கிறேன், அவனுக்கென்று தனி அறை கொடுத்து அதில் தேவையான எல்லா வசதிகளும் செய்து கொடுத்திருக்கிறேன், இப்போதும் என்ன கேட்கிறானோ அனைத்தையும் வாங்கிக் கொடுக்கிறேன். ஆனாலும், ஒழுங்கா படிக்க மாட்டேங்கிறான். இந்த டெஸ்ட்லகூட 10 மார்க் கம்மியாத்தான் வாங்கிருக்கான் பாருங்க...' என்று (வேதனையோடு!) கூறினார்.

எனக்கு என்ன சொல்வதென்றே புரியவில்லை. முதலில் கொஞ்சம் தயங்கினாலும், பின்னர் சமாளித்துக்கொண்டு நேரடியாகவே அவரிடம் கூறினேன்; 'சார், உங்கள் மகன் நன்றாகப் படிக்க வேண்டும் என்று நீங்கள் நினைப்பதில் தவறில்லை. அதற்காக அவன் கேட்பதையெல்லாம் லஞ்சமாகக் கொடுத்து அவனைப் படிக்கவைக்க வேண்டும் என நினைப்பது சரிதானா என்பதை யோசித்துப் பாருங்கள். தயவுசெய்து உங்கள் மனநிலையில் இருந்து குழந்தைகளைப் பார்க்காதீர்கள், அவர்கள் மனநிலைக்கு நீங்கள் இறங்கிவந்து யோசித்துப் பாருங்கள்' என்றேன்.

குழந்தைகளையும் மாணவர்களையும் நேரடியாக எதிர்கொள்ளக் கூடியவர்கள் பெற்றோர்களும் ஆசிரியர்களும் மட்டுமே. எனவே, குழந்தைகளை எப்படி எதிர்கொள்ள வேண்டும்..? எப்படி ஏற்க வேண்டும்? என்பதை இருவருமே மிகச் சரியாகத் தெரிந்துவைத்திருக்க வேண்டும். அவர்களை எப்படி எதிர்கொள்வது... நம்முடைய ஆசைகளுடனா? நம்முடைய எதிர்பார்ப்புகளுடனா? வெற்றி குறித்த நம் ஏக்கங்கள், பிரமைகளுடனா? அல்லது, அவர்களுடைய ஆசைகள்,

எதிர்பார்ப்புகளுடனா? இந்த விசயத்தில் பெற்றோர்களின் பங்கு மிகவும் அதிகமானது, முக்கியமானது, அவசியமானது.

குழந்தைகள் உங்களுடன் இருந்தாலும் அவர்கள் உங்களுக்குச் சொந்தமானவர்கள் அல்ல. அவர்களுக்கு உங்கள் அன்பைக் கொடுங்கள்! உங்கள் சிந்தனைகளைத் தர முயற்சிக்காதீர்கள். அந்தப் பருவத்தில் அவர்களுக்கென்று சில சிந்தனைகள் இருக்கும் என்பதைப் புரிந்துகொள்ளுங்கள். குழந்தைகள் எப்படி இருக்கிறார்களோ அப்படியே அவர்களை ஏற்றுக்கொள்வதுதான் உண்மையான அன்பு. நம்முடைய ஆசைகளுக்கேற்ப அவர்களை மாற்றி அமைத்து அன்பு செலுத்துவது என்பது, ‘களிமண்ணால் பொம்மை செய்து அதைப் பார்த்து ரசிப்பதைப் போன்றது’தான்.

பெற்றோர்களின் மனநிலை மாற வேண்டும். உலக வாழ்க்கை எதற்காக என்பதை மிகச் சரியாக பிள்ளைகள் புரிந்துகொள்ள பெற்றோர்கள்தான் சிறந்த முன்னோடியாகத் திகழ வேண்டும். சிறு பிள்ளைகளுக்கு தங்களுடைய அப்பாதான் ஹீரோ. எனவே, அவர்கள் மிகச் சரியாகச் சிந்தித்தால்தான் குழந்தைகளும் அதனைப் பின்பற்றுவார்கள்.

குழந்தைகளை ரசித்து, அனுபவித்து வளர்க்க வேண்டும். ஆனால், இன்றைய சூழலில் குழந்தைகள் முரண்பாட்டோடுதான் வளர்க்கப்படுகிறார்கள். குழந்தைகள் கேள்வி கேட்கும்போதுதான் நமக்கு எவ்வளவு குறைவாகத் தெரிந்திருக்கிறது என்பதனை உணர்கிறோம். இன்றைய குழந்தைகள் பன்முகத் திறன் கொண்டவர்களாக இருக்கின்றனர். ஒவ்வொருவரின் சிந்தனையும், செயல்பாடும் பரந்துபட்டதாகக் காணப்படுகிறது. இதற்கு ஏற்றவகையில் ஆசிரியர் சமூகம் தயார்ப்படுத்தப்பட வேண்டிய நிலையில் உள்ளது. உலக மாற்றங்களுக்கு ஏற்ப கற்றல் கற்பித்தலில் புதுப்புது முறைகள், சீர்திருத்தங்கள் புகுத்தப்பட வேண்டும். ‘இன்றைய மாணவர்கள் நாளைய ஆளுமைகள்’ என்பதை உணர்ந்து எதிர்காலச் சவால்களை எதிர்கொள்ளக் கூடிய ஆளுமையும் திறமையும் கொண்டவர்களாக அவர்களை உருவாக்க வேண்டும்.

குறைந்தது 12ஆம் வகுப்பு வரை படிக்கும் ஒரு மாணவன், 12 வருடங்களை பள்ளிக்கூடத்தில் செலவிடுகிறான். ஒரு நாளின் பெரும்பகுதியான பகல்நேரங்களில் பள்ளிக்கூடங்களிலேயே செலவிடுகிறான். தொடர்ந்து பட்டப்படிப்பு, மேல்படிப்பு என படிக்கும் போது, மேலும் 5 முதல் 7 ஆண்டுகள் வரை ஆசிரியர்களின் மேற்பார்வையிலேயே செலவிடுகிறான். கிட்டத்தட்ட 17 ஆண்டுகள்,

அதாவது தன் வாழ்நாளில் ஐந்தில் ஒரு பங்கை ஆசிரியர்களிடம் ஒப்படைக்கிறான் என்று பொருள்.

மாணவப் பருவத்தில் எதிர்பார்ப்புகள் நிறைவேறாமல், ஏமாற்றம் அடையும்போது நம்பிக்கையுடன் சாய்ந்துகொள்ளும் ஓர் இடமாக ஆசிரியர்கள் இருக்கிறார்கள். அதுபோன்ற தருணங்களில் மாணவர்களும் பெற்றோர்களும் பெரிதும் நம்புவது ஆசிரியர்களை மட்டும்தான். இது தவிர ஆசிரியர்கள் மீது இந்தச் சமூகம் வைத்திருக்கிற நம்பிக்கை சிதைக்கப்படக் கூடாது. தவறே செய்யக்கூடாதோர் பட்டியலில் முதலிடத்தில் இருப்பது ஆசிரியர் சமூகம்தான். ஆசிரியர்கள் செய்யும் தவறு, சமூகத்தின் அடித்தளத்தையே, ஆதார நம்பிக்கையையே ஆட்டம் காண வைத்துவிடும். இன்றைய சூழலில் ஆங்காங்கே ஒரு சில ஆசிரியர்கள் செய்யும் தவறுகள் ஒட்டுமொத்த ஆசிரியர் சமூகத்துக்கும் கெட்ட பெயரை ஏற்படுத்திவிடும். ஆனாலும், இதுபோன்று ஒரு சில இடங்களில் நடப்பதை விதி விலக்காகத்தான் எடுத்துக்கொள்ள வேண்டுமே தவிர, அதையே விதியாக எடுத்துக்கொள்ளக் கூடாது. காரணம், ஒட்டு மொத்த ஆசிரியர் சமூகமும் அப்படி அல்ல என்பதை இன்றைய பெற்றோரும் உணர்ந்தே இருக்கிறார்கள். அதனால்தான், இந்தச் சமூகம் தனது எதிர்கால சந்ததியை ஆசிரியர்களை நம்பி ஒப்படைக்கிறது. அந்த நம்பிக்கை ஒருநாளும் வீணாகிவிடாமல் ஆசிரிய சமூகம் பொறுப்போடு செயல்படவேண்டும்.

மாணவர்களுக்குப் பாதை காட்ட வேண்டிய ஆசிரியர் சமூகம் ஒழுக்கமாக வாழ வேண்டும். சமூகத்தின் மற்ற பிரிவினருக்கு உதாரணமாய் ஆசிரியர்கள் இருக்க வேண்டும். கல்வியோடு சமூக அக்கறை, அன்பு, மனிதாபிமானம், பண்பாடு, கலாசாரம், நாட்டு நடப்பு போன்றவற்றையும் மாணவர் சமூகத்துக்கு ஆசிரியர்கள் அக்கறையோடு புகட்ட வேண்டும். இன்றைய வணிக உலகில், எந்தவித எதிர்பார்ப்பும் இல்லாமல் எதிர்கால சமூகத்தை வடிவமைக்கும் மிகச் சிறந்த சிற்பிகள் ஆசிரியர்கள் மட்டுமே. தங்கள் கையில் இயற்கை அளித்திருக்கும் மிகப் பெரிய பொறுப்பை உணர்ந்து ஆசிரியர்கள் செயல்பட வேண்டும்.

சுருக்கமாகச் சொன்னால் மாணவர்களை முழு மனிதர்களாக்குவது ஆசிரியர்கள்தான். வெவ்வேறு குடும்பச் சூழலில் இருந்து வருவதால் ஒவ்வொரு மாணவனின் சிந்தனையும் செயல்பாடும் ஒவ்வொரு மாதிரியாகத்தான் இருக்கும். அவற்றையெல்லாம் இணைத்து ஒரே சிந்தனையை, நற்சிந்தனையை தூண்டும் இடமாக கல்விக்கூடங்களும், தூண்டுகிறவர்களாக ஆசிரியர்களும்தான் திகழமுடியும். அதேநேரத்தில்,

வகுப்பறையில் மாணவர்களை ஓர் ஆசிரியர் வெற்றிகொள்வது என்பது எளிதான காரியம் அல்ல. ஆசிரியர்களுக்குப் பரந்த அறிவும், சிந்தனை ஆற்றலும் மிகவும் அவசியம். முகமலர்ச்சி, நடுநிலைமை, தன்னம்பிக்கை, சுறுசுறுப்பு, முடிவெடுக்கும் திறன், தலைமைப் பண்பு, தன்னலமற்ற சேவை மனப்பான்மை போன்றவையும் ஆசிரியர்களுக்கு அவசியம்.

ஆசிரியர்-மாணவர் உறவு விதி விலக்காய் சில இடங்களில் இன்றைக்கு அச்சுறுத்தலாய் மாறி வருகிறது. பெற்றோர்கள் தங்கள் குழந்தைகளுக்குத் தரும் நெருக்கடி அவர்களை பணம் சம்பாதிக்கும் இயந்திரங்களாக மாற்றுவதில் வெற்றியும் தோல்வியும் காண்கிறது. இன்றைய நிலையில் இதுதான் நிதர்சனம், இதுதான் யதார்த்தம். எனவே, கல்வி சமச்சீராக எவ்வித ஏற்றத் தாழ்வுமின்றி அனைத்துத் தரப்பினரையும் சென்றடைந்தால் சிறந்த சமூகத்தைக் கட்டமைக்க முடியும் என்பதை ஆசிரியர் சமூகம் உணர வேண்டும்.

ஒரு குழந்தைக்குப் படிப்பில் எங்கு பிரச்னை இருக்கிறது என்பதையே தெரிந்துகொள்ளாமல், பெற்றோரும் ஆசிரியர்களும், 'குழந்தைக்குப் படிப்பு வரவில்லை' என்று குறை கூறுவதும் திட்டுவதும் அடிப்பதும் தவறு. அது மட்டுமின்றி, மற்ற குழந்தைகளுடன் ஒப்பிட்டுப் பேசி அவமானப்படுத்தும்போது அந்தக் குழந்தைகள் மேலும் மோசமான நிலைக்கே தள்ளப்படுவார்கள். சிக்கல் என்ன என்பதை சரியாகப் புரிந்துகொண்டு அதற்கானத் தீர்வை மேற்கொண்டால், பெற்றோர்-குழந்தை உறவும், ஆசிரியர்-மாணவர் உறவும் இனிமையாக இருக்கும்.

ஆசிரியர் என்ற முறையில் என்னுடைய அனுபவங்களின் தொகுப்பாக இந்த நூல் வெளிவருகிறது. இயல்பில் நான் படைப்பாளி அல்ல. எழுத்தின் மீது எனக்கு அவ்வளவாக ஆர்வமும் கிடையாது. ஆனால், என் கணவர் பாஸ்கரசந்திரன் எனக்குக் கொடுத்த ஊக்கம்தான், 'முயற்சி செய்து பார்த்தால் என்ன?' என்று என்னைச் சிந்திக்க வைத்தது. அவரது வழிகாட்டுதலின்படி எனது படிப்பினைகளைத் தொகுத்து இந்த நூலில் தர முற்பட்டிருக்கிறேன். நிறைவாய் இருந்தால் மகிழ்ச்சி. குறைகள் இருப்பின் சுட்டிக்காட்டுங்கள். திருத்திக்கொள்ள தயாராய் இருக்கிறேன்.

நன்றி!

அன்புடன்,

**சாந்தி பாஸ்கரசந்திரன்**
shantibass24@gmail.com

# பொருளடக்கம்

1. குழந்தைகள், வளர்ப்புமிருகங்கள் அல்ல..! 13
2. குழந்தைகளின் சிந்தனைத் திறன் 19
3. ஆழப் பதியும் கருத்துகள் 23
4. பெற்றோர்கள் கவனத்துக்கு... 27
5. உணவில் கவனம் 34
6. குழந்தைகளின் மனஅழுத்தம் 38
7. ஒத்துப் போவதில் குறைபாடு 45
8. பிள்ளைகளை அடிக்காமல் வளர்ப்பது எப்படி? 49
9. பெண்குழந்தைகள் பாதுகாப்பு 52
10. குழந்தைகளின் ஞாபகமறதி ஒரு நோயல்ல... 57
11. பள்ளிக்கூடம் என்றால் பயமா? 61
12. பெண்குழந்தைகளின் பெற்றோருக்கு... 64
13. வீட்டுப்பாடம் என்பது சுமையா? 68
14. டிஸ்லெக்சியா என்பது நோயல்ல... 72
15. மறைந்துபோன நீதிபோதனை வகுப்புகள் 75
16. அப்பாக்கள் கவனத்துக்கு... 78
17. மாணவர்கள் தற்கொலை அதிகரிக்க என்ன காரணம்? 81
18. பதின்மவயதுப் பிரச்னைகள் 86
19. விடாமுயற்சியும் தன்னம்பிக்கையும் 89
20. வழிகாட்டும் பின்லாந்து 94
21. கொரோனாவுக்குப் பின் குழந்தைகளின் கல்வி 99

# 1

## குழந்தைகள், வளர்ப்புமிருகங்கள் அல்ல...!

'உன் கூடத்தான படிக்கிறா அந்த பிரியா, அவ மட்டும் எப்புடி எல்லாப் பாடத்துலயும் முழு மார்க் வாங்குறா? நீயும் இருக்கியே, ஏதாவது ஒரு தப்பு பண்ணிட்டு, நாலு மார்க் கொறச்சு வாங்குறதே பொழப்பா போச்சு!'

'எப்பப் பாரு விளையாட்டுதான். ஒரு நாளாவது நீயா உட்கார்ந்து படிச்சிருக்கியா? தெனமும் படி, படின்னு பாட்டுப் பாடணும். இல்ல... அடிச்சாதான் படிக்கிறது. எப்பதான் திருந்தப் போறியோ..?'

- இதுபோன்ற குரல்கள்தான் படிக்கும் பிள்ளைகள் உள்ள வீடுகளில் பெரும்பாலும் எதிரொலிக்கிறது. சென்னை போன்ற பெருநகரங்களில் நடுத்தர மக்கள் வீடுகளில் இந்த வசவுகள் கொஞ்சம் அதிகமாகவே கேட்கும். தாய்தந்தை இருவரும் வேலைக்குச் செல்லும் வீடுகளில் இதுதான் தேசியகீதம். அதுவும் தேர்வு நெருங்கிவிட்டால் கேட்கவே வேண்டாம்!

ஐந்தாம் வகுப்பு படிக்கும் பிள்ளையிடம் பெற்றோர்கள் பேசும் பேரத்தைக் கேட்டால் சிரிப்புதான் வரும். 'உனக்கு கிரிக்கெட் பேட் வேண்டுமா? வீடியோ கேம் வேணுமா? சைக்கிள் வேணுமா? இல்லை, என்ன வேணுமோ கேள். உடனே வாங்கித் தருகிறோம்.

ஆனால், எல்லா தேர்வுகளிலும் நூற்றுக்கு நூறு மதிப்பெண் வாங்கிவிட வேண்டும்!' என்பதுதான் பிள்ளைகளிடம் பெற்றோர் பேசும் பேரம். கேட்டதை எல்லாம் வாங்கிக் கொடுத்த பெற்றோர், அதை வைத்து விளையாட அனுமதிக்க மாட்டேங்கிறாங்களே என்று பிள்ளைகளுக்கு கோபம்.

இன்னும் சில பெற்றோர் இருக்கிறார்கள். நான்காம் வகுப்பு படிக்கும் குழந்தைக்கு நான்கு மணிக்கு பள்ளிக்கூடம் முடியும் என்றால் மூன்று முப்பதுக்கே போய் காத்திருப்பார்கள். பள்ளி முடிந்து பிள்ளை வெளியே வந்ததும் வாசலில் இருந்து அழைத்துச் சென்று நேராக டியூசன் வகுப்பில் இறக்கி விட்டு விட்டு காத்திருப்பார்கள். இரவு ஏழு மணிக்கு டியூசன் முடிந்ததும் வீட்டுக்கு அழைத்து வந்து உடனே வீட்டுப்பாடம் எழுதச் சொல்லி, அன்றைய பாடத்தையும் படிக்கச் சொல்லி கட்டாயப்படுத்துவார்கள்.

‘புத்தகச் சுமையைக்கூட தாங்கிக்கொள்ளலாம் போலிருக்கிறது, இந்தப் பெற்றோர்களின் டார்ச்சரைத் தாங்க முடியலையே?' என்று குழந்தைகள் மனதுக்குள் புலம்பும். அதுவும், மொத்தத்தில் மூன்று மதிப்பெண் குறைவாக வாங்கியதற்காக ‘இன்னும் முயற்சி செய்' என்று நோட்டில் சிவப்பு மையால் ஆசிரியர் குறிப்பு எழுதிவைத்து விட்டால் அவ்வளவுதான்...

நாம் சொல்வதையும் செய்வதையும் எதிர் கேள்வி கேட்காமல் அப்படியே ஏற்றுக்கொள்வார்கள் என்ற ஒரே காரணத்திற்காக, பிள்ளைகளை எப்படி வேண்டுமானாலும் நடத்துவது சரியா? நம்முடைய குழந்தைகளையே நாம் செல்லப்பிராணிகள் போலவோ, வளர்ப்பு மிருகங்கள் போலவோ நடத்துவது நியாயமா?

சில குழந்தைகள் நாம் சொல்வதையெல்லாம் எதிர்ப்பேச்சு பேசாமல் கேட்டுக்கொள்வார்கள். ஒருசிலர் ஏதாவது ஒரு வழியில் கோபத்தை வெளிப்படுத்திவிடுவார்கள். ஒரு சிலர் முணுமுணுத்துக் கொண்டே செய்வார்கள். இதேபோல தொடர்ந்து முணுமுணுக்கும் குழந்தைகள் காலப்போக்கில் மன ரீதியாக பாதிக்கப்படுவார்கள் என்பது மனவியல் ஆய்வாளர்களின் கருத்து. அதிகக் கண்டிப்பு, அளவுக்கு மீறிய செல்லம் இரண்டுமே ஆபத்துதான்.

‘விளையாடக்கூட நேரம் இல்லையே' என மனதுக்குள் புழுங்கும் குழந்தைகள் ஒரு புறம். அவர்களை மதிப்பெண்கள்

வாங்கும் இயந்திரங்களாக மாற்றத் துடிக்கும் பெற்றோர்கள் மறுபுறம். பிள்ளைகளுடன் செலவழிக்கக் கிடைக்கும் நேரத்தை எல்லாம் அவர்கள் மனதில் மதிப்பெண் வெறியை ஊட்டவே பயன்படுத்தும் பெற்றோர்கள்... இவர்களில் மாற வேண்டியது யார்? விளையாட்டிலேயே குறியாக இருக்கும் குழந்தைகளா? இல்லை, மதிப்பெண்கள் வாங்காவிட்டால் எதிர்காலமே இல்லை என்ற எண்ணத்தை அழுத்தமாக மனதில் பதித்திருக்கும் பெற்றோர்களா?

வாழ்க்கையை பணத்தைக் கொண்டு மட்டுமே அளவிடத் தெரிந்த நமக்கு, குழந்தைகளின் உலகத்தை மதிப்பெண்களோடு மட்டுமே ஒப்பிட்டுப் பார்க்கத் தோன்றுகிறது. நம் வாரிசுகளின் எதிர்காலம் நன்றாக இருக்க வேண்டும், எந்தக் கஷ்டமும் படக்கூடாது என்று நினைப்பது தவறில்லை. ஆனால் எதிர்காலத்திற்காக நிகழ்காலத்தை இழக்க வேண்டுமா? கஷ்டம் என்றால் என்ன என்றே தெரியாமல் வளரும் குழந்தையின் எதிர்காலம் எப்படி இருக்கும் என்றெல்லாம் நாம் சிந்திப்பதே இல்லை. பொருளாதார ரீதியில் வாழ்க்கையின் உச்சியில் பிள்ளைகளை உட்காரவைக்க வேண்டும் என்று துடிக்கும் பெற்றோர்கள், குழந்தைகளின் எண்ணங்களுக்கு மதிப்பளிப்பதில்லை. அவர்களுக்கென்று ஆசைகளும், விருப்பு வெறுப்புகளும் இருக்கும் என்று நினைத்துக்கூட பார்ப்பதில்லை. குழந்தைப் பருவத்தில் அப்படியெல்லாம் நம்மை மீறி அவர்களுக்கென்று தனியாக ஆசை எதுவும் இருக்கக்கூடாது என்ற கருத்து வன்முறையை நமக்குள் புகுத்திக்கொள்கிறோம்.

வேலைக்குச் செல்லும் பெற்றோர்கள் இரவு எத்தனை மணிக்கு வீடு திரும்பினாலும், அதற்குப் பிறகு அந்தக் குழந்தை விழித்திருந்து பாடம் படிக்க வேண்டும். ஏதாவது பிழையாக படித்துவிட்டாலோ அல்லது எழுதிவிட்டாலோ, கூச்சமே இல்லாமல் கை நீட்டி அடிக்கிறோம். அடித்துச் சரிப்படுத்த குழந்தைகள் என்ன மத்தளங்களா? நூற்றுக்கு தொண்ணூற்று ஐந்து மதிப்பெண்கள் மட்டுமே எடுத்ததற்காக எப்படியெல்லாம் திட்டுகிறோம். குழந்தைகளின் உடல் மற்றும் மன ரீதியான அமைப்பு பற்றி யோசித்துக்கூடப் பார்ப்பதில்லை.

எத்தனை பெற்றோர்கள் இரவில் உறங்கச் செல்லும் முன் குழந்தைகளுக்குக் கதை சொல்லி தூங்கவைக்கிறோம். ‘சீக்கிரமா தூங்கு, அப்பதான் காலையில நேரத்தோட எழுந்து

பள்ளிக்கூடத்துக்கு கிளம்ப முடியும்' என்று சொல்பவர்கள்தானே அதிகம். பள்ளிக்கூடங்களில் இப்போதெல்லாம் நீதி போதனை வகுப்புகள் இல்லாததால் ஆசிரியர்களும்கூட கதை சொல்வதில்லை. கதைகள்வழி கிடைக்கும் நியாயமும் நல்லெண்ணமும் குழந்தைகளுக்குக் கிடைப்பதில்லை.

பாடத்தைத் தாண்டிய சின்னச்சின்ன அடிப்படை அறிவு இன்றைக்கு எத்தனைக் குழந்தைகளுக்கு இருக்கிறது. 'நெல் எப்படி விளைகிறது, எங்கிருந்து கிடைக்கிறது?' என்று பெருநகரங்களில் உள்ள குழந்தைகளுக்குத் தெரியுமா? ஆறு, குளம், ஏரி இவற்றுக்கு உள்ள வேறுபாடு என்ன என்று அறிந்திருக்கிறார்களா? ஆனால், இவற்றின் ஆங்கிலச் சொற்களை எழுத்துப் பிழை இல்லாமல் மிகச் சரியாகத் தெரிந்துவைத்திருக்கிறார்கள். அவற்றுக்கான இந்திச் சொற்களையும்கூட ஒரு சில குழந்தைகள் மனப்பாடம் செய்து வைத்திருக்கிறார்கள். அவற்றை சரியாக எப்படி உச்சரிப்பது என்றும் தெரிந்து வைத்திருக்கிறார்கள்.

முன்பெல்லாம் ஆசிரியர்களிடம் பெற்றோர்கள் என்ன சொல்வார்கள் தெரியுமா? 'என் பையன் ஒழுங்கா படிக்கலைனா, கண்ணை மட்டும் வைத்துவிட்டு பாக்கி எல்லாவற்றையும் உரித்துவிடுங்கள்' என்று சொல்வார்கள். ஆனால், இன்றோ, பிள்ளைகளை ஆசிரியர்கள் கொஞ்சம் கடிந்து பேசினாலோ, லேசாக அடித்து விட்டாலோ உடனே காவல்நிலையம் வரை சென்றுவிடுகிறோம். ஒரு சிலர் அடியாட்களை வைத்து ஆசிரியர்களைப் பந்தாடும் அளவுக்குச் சென்றுவிடுகிறார்கள். அங்கொன்றும் இங்கொன்றுமாக இதுபோல நடந்தாலும் இதை பார்க்கும்போதும், படிக்கும்போதும் குழந்தைகள் மனநிலையில் என்ன மாதிரியான மாற்றங்கள் ஏற்படும். அதனால்தான் இன்றைய ஆசிரியர்களும், நமக்கேன் வம்பு என்று ஒதுங்கி நிற்கும் மனநிலையில் இருக்கிறார்கள்.

எத்தனை குழந்தைகளுக்கு கிட்டிப்புள், பல்லாங்குழி, பாண்டி ஆட்டம் தெரியும்? இவற்றையெல்லாம் கண்ணால் பார்த்திருப்பார்களா? இன்றைய குழந்தைகளுக்கு நீச்சல் தெரியுமா? முழங்கால் அளவு தண்ணீர் உள்ள நீச்சல் குளங்கள் வேண்டுமானால் தெரிந்திருக்கலாம். இதற்கெல்லாம் நாம்தானே காரணம். மதிப்பெண்கள் எடுக்கும் மந்திரத்தை மட்டும்தானே இவர்களுக்கு நாம் கற்றுக்கொடுத்திருக்கிறோம். பிள்ளைகள் மீதான அக்கறை

என்று நினைத்துக்கொண்டு, மதிப்பெண்கள் பின்னால் வெறியோடு அவர்களை ஓடவைத்து நம்மை நாமே ஏமாற்றிக்கொண்டிருக்கிறோம். மதிப்பெண்களை வைத்து குழந்தைகளை மதிப்பிடும் முறை மாற வேண்டும். மதிப்பெண்களுக்கு நாம் முக்கியத்துவம் கொடுத்ததன் விளைவுதான், 'வாட்ஸ்அப்'பில் வினாத்தாளை அனுப்பி அதற்கான விடையைப் பெற்று மாணவர்களுக்குத் தந்து, பணம் பெற்ற ஒருசில ஆசிரியர்களை நாம் பார்க்க நேர்ந்தது!

ஒரு வகுப்பில் 40 மாணவர்கள் இருந்தால் 40 பேரும் முதல் இடத்தைப் பிடிக்க முடியுமா? இரண்டாவது மூன்றாவது என அடுத்தடுத்த இடங்களை பிடிப்பவர்கள் முட்டாள்களா? இந்த உலகம் முதல் மதிப்பெண் எடுப்பவர்களுக்கு மட்டுமானது என்று நாமும் தவறாகப் புரிந்துகொண்டு, வளரும் தலைமுறையையும் தவறாக சிந்திக்க வைப்பது நியாயமா? இந்த உலகம் கடைசி மதிப்பெண் எடுப்பவனுக்கும் உரிமையானதுதான் என்ற உண்மையை புரிந்து கொள்ளாதது மட்டுமல்ல, அவனும் நல்ல வாழ்க்கையை அமைத்துக் கொள்ள ஏராளமான வாய்ப்புகள் குவிந்து கிடக்கின்றன என்ற எதார்த்தத்தையும் மறைக்கிறோம். இந்தச் சமூகம் மெத்தப் படித்த மேதாவிகளையும் பார்த்திருக்கிறது, படிக்காத மேதைகளையும் பார்த்திருக்கிறது என்பதுதானே உண்மை.

இந்தப் பூமியையும், அதன் பரிமாணங்களையும், உண்மையான உலகையும் குழந்தைகளுக்குக் காட்டாமல் மறைப்பது என்ன நியாயம்? வைக்கோல் திணித்த பொம்மை கன்றுக்குட்டியைக் காட்டி பசுவிடம் பால் கறப்பதைப்போல, குதிரையின் கண்களை மறைத்து நேராக ஓடவைப்பதைப்போல, மதிப்பெண்களை மட்டுமே காட்டி குழந்தைகளை வளர்ப்பது அவர்களுக்குச் செய்யும் மிகப்பெரிய துரோகம் அல்லவா?

பொதுவெளியில் இந்த உலகைப் புரிந்துகொள்ளும் வாய்ப்பு மறுக்கப்பட்டு வளர்க்கப்படும் குழந்தைகள், இளைஞர்களாகவும் இளம்பெண்களாகவும் இன்றைய நவீன உலகில் நுழையும்போது எதிர்கொள்ளும் எதார்த்தங்கள் அவர்களுக்கு மன அதிர்ச்சியையே ஏற்படுத்தும். தனி மனிதனாக எதையும் எதிர்கொள்ளும் துணிச்சலை அகற்றி அடுத்தவர்களைச் சார்ந்திருக்கும் நிலையை ஏற்படுத்தும். அன்பு, பாசம், உறவு, நட்பு போன்றவற்றைப் புரிந்துகொள்ள முடியாமல் பணம் மட்டுமே அடிமனதின் சிந்தனையாக இருக்கும்.

குழந்தைகள் இயல்பிலேயே சுறுசுறுப்பானவர்கள், துறுதுறு வென இருப்பவர்கள். கள்ளங்கபடம் அறியாதவர்கள், எதையும் அறிந்துகொள்ளும் ஆர்வம் மிக்கவர்கள். கண்ணில் படும் எந்தப் பொருளையும் உற்றுப் பார்த்து, குழந்தைத்தனத்துடன் அதை அக்கு வேறு ஆணி வேறாக பிரித்து மேய்ந்து ஆராய்ந்து அதை அப்படியே மனதில் பதியவைத்துக்கொள்பவர்கள். இந்தக் குணங்களைத் தூபம் போட்டு வளர்த்தால் அவர்கள் இன்னும் அதிகமாகப் பட்டை தீட்டப்படுவார்கள். அதை விடுத்து எல்லாவற்றையும் அவர்களிடமிருந்து பறித்துவிட்டு வெறும் எந்திரங்களாக மாற்றுவது எவ்வளவு பெரிய பாவம்.

அளவுக்கு மீறிய அன்பு காரணமாக நம்முடைய விருப்பங்களையும் எதிர்பார்ப்புகளையும் எண்ணங்களையும் அவர்கள் மீது திணிக்கக் கூடாது. நாம் வேண்டுமானால் குழந்தைகளைப்போல் இருக்கலாம், ஆனால், குழந்தைகள் நம்மைப்போல் இருக்க வேண்டும் என்று எதிர்பார்க்கலாமா?

பச்சிளம் தளிர்களை அதன் இயல்பான போக்கில் வளர விடுவோம். அதை விடுத்து நமக்குத் தெரிந்த கணக்குகளைப் போட்டு, கசக்கிப் பிழிந்து, விளையும் பயிர்களை முளையிலேயே கிள்ளி எறிவது சரியல்ல. இயன்றவரை குழந்தைகளின் அறிவு வளர்ச்சிக்கு ஏற்றச் சூழலை உருவாக்கித்தந்து ஊக்குவிப்பதுதான் பெற்றோர்களின் தலையாய கடமை. அனுபவங்களால் வளர்ந்து வாழ்க்கையில் பக்குவப்பட்ட நம் மனதில் எழும் எண்ணங்களுக்கேற்ப குழந்தைகள் இருக்கவேண்டும் என்று எதிர்பார்ப்பது தவறு.

இது போட்டிகள் நிறைந்த உலகம்தான், என்றாலும் போட்டி மனப்பான்மைகொண்ட பிம்பங்களாக மட்டுமே குழந்தைகளை வளர்த்தால் எதார்த்த வெளிச்சம் அவர்கள் மீது படும்போது கூச்சம் ஏற்பட்டு கண்களை மூடிக்கொள்வார்கள். நம் பிள்ளைகள் எப்படி வளர வேண்டும் என்று முடிவு செய்வது நம் கையில்தான் இருக்கிறது. சரியான முடிவெடுங்கள்.

✳ ✳ ✳

# 2

## குழந்தைகளின் சிந்தனைத் திறன்

குழந்தைகளின் சிந்தனைத் திறன் என்பது மிகவும் அலாதியானது, பரந்துபட்டது. அதை நாம் சாதாரணமாக எடை போட்டுவிட முடியாது. ஆனால், பல நேரங்களில் குழந்தைகளின் சிந்தனைத் திறனை நாம் குறைத்தே எடை போடுகிறோம். அவர்களுக்குத் தெரிந்தது இவ்வளவுதான் என நாமாகவே நினைத்துக்கொண்டு அதற்கேற்றார்போல் நடந்துகொள்கிறோம். ஆனால், பலநேரங்களில் நாம் எதிர்பார்த்ததைவிட மிகச் சிறப்பாகச் செயல்பட்டு குழந்தைகள் நம்மை வியப்பில் ஆழ்த்துகிறார்கள்.

அப்படித்தான் ஒரு முறை, யூ.கே.ஜி. வகுப்பில் படிக்கும் குழந்தைகளுக்கு ஒரு போட்டி வைத்திருந்தேன். 'நாளைய வகுப்பில், நேர்மையை வலியுறுத்தும் வகையில் ஒவ்வொருவரும் ஒரு கதை சொல்ல வேண்டும். 'கோடரி தண்ணீரில் விழுந்த கதை, அதை கடவுள் எடுத்துக் கொடுத்த கதை' என்பது போன்ற அனைவருக்கும் தெரிந்த கதைகளை யாரும் சொல்லக்கூடாது என்பது விதிமுறை. வீட்டில் பெற்றோரிடம் கேட்டுத் தெரிந்துகொண்டு மறுநாள் வகுப்பில் அதை நீங்கள் சொல்ல வேண்டும்' என்று கூறியிருந்தேன்.

அடுத்த நாள், காலையில் வகுப்பறைக்குள் நுழைந்ததுமே, பிள்ளைகள் முகத்தில் அப்படியொரு உற்சாகம். எல்லா குழந்தைகளும் தாங்கள் தெரிந்துகொண்டு வந்த கதையை உடனே சொல்லிவிட வேண்டும் என்ற துடிப்புடன் இருந்ததை அவர்களது முகத்தைப் பார்த்தே தெரிந்துகொண்டேன்.

ஒவ்வொருவராக அழைத்து, 'தெளிவாகவும், துணிச்சலாகவும் எல்லாருக்கும் கேட்கும் வண்ணம் சத்தமாகவும் கதையைச் சொல்ல வேண்டும்' என்று கூறி உற்சாகப்படுத்தினேன். ஒவ்வொரு குழந்தையும் ஒரு கதையைச் சொல்லிக் கைதட்டு வாங்கிச் சென்றனர். ஒரு குழந்தை சொன்ன கதையை அனைவரும் உற்றுக் கேட்டுக்கொண்டிருந்தனர்.

கதை இதுதான்...

ஓர் ஊரில், ஓர் அரசன் இருந்தான். அவன் தன் நாட்டைச் சேர்ந்த சிறு குழந்தைகள், படிக்கும் பிள்ளைகள் எந்த அளவுக்கு நேர்மையானவர்களாக இருக்கிறார்கள் என அறிந்துகொள்ள நினைத்தான். அதற்காக ஒரு போட்டியை அறிவித்தான். பள்ளிக் குழந்தைகளை அழைத்து ஆளுக்கு ஒரு விதையைக் கையில் கொடுத்தான். இதை உங்கள் வீட்டில் ஒரு தொட்டியில் போட்டு, தினமும் தண்ணீர் ஊற்றி வளர்த்து வாருங்கள். யாருடைய செடி நன்றாக வளர்ந்திருக்கிறதோ, யார் நேர்மையாக செயல்படுகிறார்களோ அவர்களுக்குத் தக்க சன்மானமும், உரிய பரிசும் வழங்கப்படும் என்று அறிவித்தான். குழந்தைகள் அனைவரும் வரிசையில் நின்று ஆளுக்கு ஒரு விதையை வாங்கிச் சென்றனர்.

நாட்கள் மெல்ல நகர்ந்தன. சில நாட்கள் கழித்து அவரவர்கள் தங்கள் தொட்டியை எடுத்து வருமாறு மன்னன் ஆணையிட்டான். ஒவ்வொருவரும் கொண்டு வந்த தொட்டியில் விதைகள் முளைத்து முகம் காட்டி சிரித்துக்கொண்டிருந்தன. ஒரு சில தொட்டிகளில் மிகவும் நன்றாகவே செடிகள் வளர்ந்திருந்தன. நன்கு வளர்ந்த செடிகளை தொட்டியுடன் எடுத்துக்கொண்டு நிறைய சிறுவர்கள் வரிசையில் நின்றுகொண்டிருந்தனர். ஒவ்வொரு தொட்டியாகப் பார்த்துக்கொண்டே வந்த மன்னன் ஒரு தொட்டியின் அருகில் நின்றுவிட்டான். அந்த தொட்டியில் வெறும் மண்ணைத் தவிர எதுவுமே இல்லை.

அந்த குழந்தையிடம், 'ஏன் விதை முளைக்கவில்லை? என்று கேட்டான் மன்னன். அதற்கு அந்தக் குழந்தை, 'மன்னா, நீங்கள் கொடுத்த விதையை நான் இந்தத் தொட்டியில் போட்டு தினமும் தண்ணீர் ஊற்றி பத்திரமாக பராமரித்து வந்தேன். ஆனால், இவ்வளவு நாட்களாகியும் விதை முளைக்கவில்லை. ஏன் என்று தெரியவில்லை. ஒருவேளை தரமில்லாத விதையாக இருக்கலாம்!' என்று கூறியது.

மன்னன் கொடுத்த விதை தரமற்றத்து என்று மன்னரையே சந்தேகப்படுகிறதே இந்தக் குழந்தை... என்ன ஆகப் போகிறதோ என பலரும் பயந்தனர்.

ஆனால், அதைக் கேட்டு மகிழ்ச்சியடைந்த மன்னன், அந்தக் குழந்தையை அழைத்து பரிசும் பாராட்டும் வழங்கினான். 'இந்தப் பிள்ளைதான் உண்மையிலேயே நேர்மையான குழந்தை!' என்றும் அறிவித்தான். அமைச்சர்களுக்கு ஒன்றும் புரியவில்லை. 'எப்படி மன்னா..? எதை வைத்து இந்தப் பிள்ளையை நேர்மையாளர் எனத் தேர்ந்தெடுத்தீர்கள்?' எனக் கேட்டனர்.

அதற்கு மன்னன் சொன்னான், 'மந்திரிகளே நான் கொடுத்த விதைகள் அனைத்தும் நன்கு வறுக்கப்பட்ட விதைகள். அவை ஒருபோதும் முளைக்காது. நான் கொடுத்த விதை வளரவில்லை என்று தெரிந்தவுடன், பரிசுக்கும் பாராட்டுக்கும் ஆசைப்பட்டு எல்லாருமே, இரண்டொரு நாளில் வேறு ஏதோ ஒரு விதையைப் போட்டு செடியை வளர்த்து எடுத்துக்கொண்டு வந்திருக்கிறார்கள். இந்தக் குழந்தையோ நான் கொடுத்த விதையை மட்டும் போட்டு வளர்த்திருக்கிறது. அது வளரவில்லை, தொட்டியை அப்படியே எடுத்து வந்து உண்மையை எடுத்துக் கூறியிருக்கிறது. எனவே இந்தக் குழந்தைதான் நேர்மையான குழந்தை!' என்றான் மன்னன். அனைவரும் இதைக் கேட்டு தலையைத் தொங்கப் போட்டுக்கொண்டே திரும்பிச் சென்றனர்.

-இப்படிக் கூறி கதையை முடித்தான் அந்த மாணவன்.

நான் உட்பட எல்லாரும் கைகளைத்தட்டி அந்த மாணவனை ஊக்கப்படுத்தினோம். ஆனால், ஒரே ஒரு மாணவன் மட்டும் கைதட்டாமல் எழுந்து நின்றான். 'என்ன?' என்று கேட்டேன். அவன் கேட்ட கேள்வி என்னை ஆச்சர்யப்பட வைத்தது.

குழந்தைகளின் நேர்மையைச் சோதிக்க நினைத்த மன்னன், நல்ல விதைகளைத்தானே கொடுத்திருக்க வேண்டும். அவர் ஏன் வறுத்த விதைகளைக் கொடுத்து எல்லாரையும் ஏமாற்றினார். நல்ல விதைகளைக் கொடுக்காமல் ஏமாற்றிய மன்னர் எப்படி நேர்மையாளராக இருக்க முடியும்?' என்று கேள்விகளை அடுக்கிக்கொண்டே போனான்.

எனக்கு என்ன சொல்வதென்றே தெரியவில்லை. அப்போதைக்கு ஏதோ சொல்லி அமர வைத்தாலும், எனக்குள் ஒரு சிந்தனை ஓடிக் கொண்டே இருந்தது. குழந்தைகளின் சிந்தனைத் திறனை ஒருபோதும் குறைத்து எடை போடக் கூடாது என்பதை அன்று ஓர் உறுதிமொழியாகவே எடுத்துக்கொண்டேன்.

குழந்தைகளின் உலகம் என்பது எந்தக் கவலையும் இல்லாதது, கவலை என்றால் என்ன என்றே அறியாதது. விளையாட்டான அவர்களது சிறுசிறு கவலைகள்கூட அவ்வப்போது மாறிக்கொண்டே இருக்கக்கூடியது. இன்றைய குழந்தைகளின் சிந்திக்கும் திறன் கணிக்க முடியாத அளவிற்கு நம்மை ஆச்சர்யப்படுத்துகிறது.

இன்றைய நவீன உலகில் சமூக வலைத்தளங்கள், விரல் நுனியில் விளையாட நவீன கைபேசி, 'வாட்ஸ்அப்' என ஒவ்வொரு நாளும் அவர்கள் பார்க்கக்கூடிய விசயங்கள் அவர்களை தாமாகவே சிந்திக்கத் தூண்டுகின்றன. குழந்தைகளைச் சுற்றி நடக்கக்கூடிய சிறு சிறு நிகழ்வுகள்கூட அவர்களின் சிந்தனையைத் தூண்டுகின்றன. அதனால்தான் இந்தத் தலைமுறை குழந்தைகள் சிறந்த அறிவாளிகளாக உருவெடுக்க முடிகிறது.

குழந்தைகள்தானே என்று அலட்சியமாக இல்லாமல் பெற்றோரும் சரி, ஆசிரியர்களும் சரி அவர்களை மிகுந்த சிரத்தை எடுத்துக் கவனிக்க வேண்டும். அவர்களின் உணர்வுகளுக்கும் நாம் முக்கியத்துவம் அளிப்போம் என்ற எண்ணத்தை அவர்கள் மனதில் ஏற்படுத்த வேண்டும். அப்போதுதான் நாம் சொல்வதை குழந்தைகள் கேட்பார்கள். எதிர்காலத்தில் சிறந்த குடிமகன்களாக அவர்கள் உருவாகவும் அது வழி வகுக்கும்.

✻ ✻ ✻

# 3

## ஆழப் பதியும் கருத்துகள்

குழந்தைகளிடம் சொல்லப்படும் எந்த ஒரு கருத்தும் அவர்கள் மனதில் ஆழப் பதிந்துவிடும். எனவே, எதை எப்போது சொல்ல வேண்டும் என்பதைத் தெரிந்துதான் குழந்தைகளிடம் பேச வேண்டும். எதைப் பற்றி பேசினாலும் அதை அவர்களுக்குத் தெளிவாகப் புரியவைக்க வேண்டியது நமது கடமை. எத்தனை முறை அவர்கள் தோண்டித்தோண்டி கேள்விகள் கேட்டாலும் சலித்துக்கொள்ளாமல் பதில் சொல்ல வேண்டும். சரியான தகவல்களை தெளிவாகவும், உறுதியாகவும் அவர்களது மனதில் பதியவைக்க வேண்டும். தவறான வற்றையோ, குழப்பமான தகவல்களையோ சொல்லி அப்போதைக்கு தப்பித்துக்கொள்ள நினைக்கக் கூடாது. அது அவர்களை ஏமாற்றமடையச் செய்வதோடு தவறாகவும் வழிநடத்தும்.

நான் முதல் வகுப்பு ஆசிரியையாக இருந்தபோது நடந்த சம்பவம் ஒன்று என் நினைவுக்கு வருகிறது. என்னுடைய வகுப்பில் நன்றாகப் படிக்கக்கூடிய ஒரு மாணவி, எந்தப் பாடம் நடத்தினாலும் அதை உள்வாங்கி புரிந்துகொண்டு பதில் அளிப்பதில் திறமையானவள். அவளுடைய கையெழுத்தும் அடித்தல் திருத்தல்

இன்றி அழகாக இருக்கும். 'இந்தச் சிறு வயதிலேயே இவ்வளவு நேர்த்தியாக எழுதுகிறாளே!' என்று நானே ஆச்சர்யப்பட்டுப் பாராட்டி யிருக்கிறேன். அந்த மாணவி திடீரென்று தொடர்ச்சியாக சில நாள்கள் வகுப்புக்கு வரவில்லை.

ஒருநாள் அவளுடைய தாயாரை பள்ளிக்கூட வாசலில் பார்த்தேன். உடனே அவரை அழைத்து, ''என்னவாயிற்று, ஏன் உங்கள் மகள் பள்ளிக்கு வரவில்லை?'' என்று கேட்டேன். அதற்கு அவர் கூறிய பதில், என்னை அதிர்ச்சிக்குள்ளாக்கியது.

''நல்லாதான் இருந்தா மிஸ்... திடீர்னு ஸ்கூலுக்குப் போக மாட்டேன்னு அடம் பிடிக்கிறா, என்னன்னே தெரியல!'' என்றார்.

''என்ன, ஏதுன்னு நீங்க விசாரிக்கலயா?'' என்றேன்.

''கேட்டோம் மிஸ், என்னத்தச் சொல்றது... எனக்கு அடுத்த மாசம் ரெண்டாவது டெலிவரி. ஆனா, அவ என்னடான்னா எனக்கு தம்பிப் பாப்பா வேண்டாம்னு சொல்றா. ஏன் எதுக்குன்னு கேட்டா, வேண்டாம்னு சொல்லி அடம் பிடிக்கிறா, அழுவுறா! அடுத்த நாள்ள இருந்து ஸ்கூலுக்குப் போகமாட்டேன்னு அடம் புடிக்கிறா? என்ன செய்யுறதுன்னே தெரியல. அவுங்க அப்பா வேலை விசயமா வெளியூர் போயிட்டார். எனக்கு என்ன பண்றதுன்னே தெரியல..!'' என்று கண் கலங்கினார்.

எனக்கும் என்ன சொல்வதென்று தெரியவில்லை. ஆனால், ஆச்சர்யமாக இருந்தது. 'நல்லா படிக்கிற ஒரு குழந்தை, திடீரென ஏன் ஸ்கூலுக்கு வரமாட்டேன்னு சொல்றா?' என்று ஒரே குழப்பமாக இருந்தது.

''எப்படியாவது சமாதானம் செய்து அவளை ஸ்கூலுக்கு அனுப்பி வையுங்க. எத்தன நாளைக்கு லீவுபோட முடியும்..? முடிந்தால் அவளிடம், என்னை சந்தித்ததைச் சொல்லுங்க. நான் ஸ்கூலுக்கு வரச் சொன்னேன்னு சொல்லுங்க'' என்று கூறி அனுப்பினேன்.

மறுநாள் வகுப்புக்கு அந்த மாணவியுடன் வந்திருந்த அவளது தாயார் என்னை நேரில் சந்தித்தார். ''நேற்று உங்க மிஸ்ஸை பார்த்தேன், உன்ன ஸ்கூலுக்கு வரச் சொன்னாங்க, ஏதோ சொல்லணுமாம்னு சொன்னதும், காலையில பிரச்னை எதுவும் பண்ணாம ஸ்கூலுக்கு கிளம்பிட்டா...'' என்று சொன்னார்.

நானும், ‘‘கவலைப்படாம போங்க, நான் பார்த்துக் கொள்கிறேன்’’ என்று கூறி அனுப்பிவைத்தேன். மதியஉணவு இடைவேளையின்போது அந்தக் குழந்தையைப் பக்கத்தில் அழைத்து விசாரித்தேன்.

அப்போது அவள் கூறியதைக் கேட்டு எனக்குக் கொஞ்சம் அதிர்ச்சியாகத்தான் இருந்தது. வேறொன்றுமில்லை... வகுப்பில் அவளது அருகில் அமர்ந்திருக்கும் நெருங்கிய தோழியான மற்றொரு மாணவியுடன் பேசிக்கொண்டிருந்தபோது, அவள் கூறியதை அப்படியே நம்பியிருக்கிறாள். அதாவது, அவளுக்குத் தம்பிப் பாப்பா பிறந்ததால்தான் பெற்றோர்கள் தன்னை கவனிக்காமல் விட்டுவிட்டார்கள் என்று புலம்பியிருக்கிறாள். அதேபோல, ‘உனக்கும் தம்பியோ, தங்கையோ பிறந்தால் உன்னையும் உனது பெற்றோர்கள் கவனிக்கமாட்டார்கள். பிறந்த குழந்தையைத்தான் கொஞ்சுவார்கள், கவனிப்பார்கள்!’ என்று கூறியிருக்கிறாள். இது தொடர்பாக இரண்டு குழந்தைகளும் நீண்ட நேரம் உரையாடி இருக்கிறார்கள். அதற்கு அடுத்த நாளில் இருந்துதான் ‘பள்ளிக்குப் போகமாட்டேன்’ என்று அடம் பிடிக்கத் தொடங்கியிருக்கிறாள்.

இதில், யாரைத் தவறு சொல்ல முடியும். இரண்டு பேருமே பிஞ்சுக்குழந்தைகள். அவர்களுக்குத் தெரிந்தது எதுவோ அதைப் பேசியிருக்கிறார்கள். இதுபோன்ற எண்ணங்கள் குழந்தைகள் மனதில் பதிய பெற்றோர்களாகிய நாம்தானே காரணம். ‘எத்தனை குழந்தைகள் பிறந்தாலும் எல்லாரும் எனக்குச் சமம்தான்’ என்பதை செய்கையின் வாயிலாக பெற்றோர்கள் தங்கள் குழந்தைகளுக்குப் புரியவைக்க வேண்டும். நம் சமூக அமைப்பும் இப்படி ஒரு மன நிலையில்தான் இருக்கிறது என்றாலும், அதே எண்ணத்தை எதிர்கால சந்ததியின் மனதிலும் பதியவிடக் கூடாது.

அதன்பிறகு, அவளிடம் பக்குவமாகப் பேசி புரியவைத்தேன். ஆசிரியை என்ற வகையில் என் மீது அவள் நம்பிக்கை வைத்திருந்ததால், நான் சொல்வது உண்மையாகத்தான் இருக்கும் என்று நம்பினாள். அன்று மாலை அவளது தாயாரிடமும் விசயத்தை எடுத்துக் கூறி, வீட்டிலும் அவளுக்கு நம்பிக்கை தருவதுபோல் நடந்துகொள்ளுங்கள் என கூறினேன். அவரும் இந்த விசயத்தை மிகச்சரியாகப் புரிந்துகொண்டு அவளுக்கு முக்கியத்துவம் கொடுத்து

நடந்துகொண்டதோடு, மாணவியின் தந்தையும் புரியும்படி பேசியதால் உடனடியாக மனம் மாறிவிட்டாள் அந்த மாணவி. அதன்பிறகு அடம் பிடிக்காமல் வகுப்புக்கு வரத் தொடங்கினாள்.

இன்றைக்கு அந்த மாணவியும், அவளது தங்கையும் (அப்போது பிறந்த குழந்தைதான்) ஒரே பள்ளியில் படிக்கிறார்கள். தன் தங்கையை பள்ளிக்கு அழைத்துச் செல்வது உட்பட உணவு இடைவேளையில் அன்போடு கவனித்துக்கொள்ளவும் செய்கிறாள், அந்த மாணவி.

குழந்தைகளிடம் சொல்லப்படும் எந்த ஒரு கருத்தும் அவர்களது மனதில் எந்த அளவுக்கு ஆழமாகப் பதியும், அதனால், என்னென்ன பின் விளைவுகள் ஏற்படும் என்பதைப் பெற்றோர்கள் புரிந்துகொள்ள வேண்டும். குழந்தைகள் விசயத்தில் பெற்றோர்கள் ஒரு மனநல வல்லுநரிடம் ஆலோசனை கேட்பதுகூட தவறில்லை என்று சொல்லலாம்.

✳✳✳

# 4

## பெற்றோர்கள் கவனத்துக்கு...

நீங்கள் யார்?

உங்கள் பணி அல்லது தொழில் என்ன?

உங்கள் செல்வாக்கு அல்லது அந்தஸ்து என்ன?

இவை எல்லாம் எதுவாக இருந்தாலும் பெற்றோராக இருப்பது என்பது மிகவும் முக்கியமான சவாலான ஒரு பணிதான். நல்ல பெற்றோராக, சிறந்த பெற்றோராக இருப்பது எப்படி என்பதை புத்தகங்களைப் படித்து மட்டுமே அறிந்துகொள்ள முடியாது. நம் பெற்றோரையும், நம் முன்னோரையும் அவர்களது வாழ்க்கை முறையையும் குழந்தைகளை வளர்த்த விதத்தையும் திரும்பிப் பார்க்க வேண்டும். அல்லது கேட்டு அறிந்துகொள்ள வேண்டும். அந்த அனுபவங்கள் நமக்குச் சிறந்த பாடமாக இருக்கும். எல்லாவற்றையும் பட்டுத் தெரிந்துகொள்வதைவிட சிலவற்றைக் கேட்டுத் தெரிந்துகொள்வதே மேல்.

'பெற்றோராக இருப்பதுதான் உலகிலேயே மிகவும் எளிதானது. ஆனால், அதுதான் மிகவும் கடினமானதும்கூட' என்று உலகளவில் சொல்வார்கள். ஆனால், நம் நாட்டைப் பொறுத்தவரை குழந்தை வளர்ப்பு முறை என்பது பண்பாடு, கலாசாரம் மற்றும் நம்முடைய பொருளாதாரம் மற்றும் ரசனை சார்ந்தது.

அதனால்தான் மற்ற நாடுகளை விட இந்தியப் பெற்றோர்களுக்கு மதிப்பு கொஞ்சம் அதிகம்.

குழந்தையின் பல்வேறு பருவங்களிலும் பெற்றோர்களின் கடமை மாறுபடுகிறது. அதில், பள்ளிப்பருவத்தில் கொஞ்சம் அதிக கவனமும் பொறுப்புணர்வும் தேவைப்படுகிறது. பள்ளிப்பருவத்தில் குழந்தைகள் அதிக நேரத்தைப் பள்ளிக்கூடங்களிலும், மீதி நேரத்தை வீட்டில் பெற்றோர்களுடனும்தான் கழிக்கிறார்கள். எனவே குழந்தைகள் இந்த உலக வாழ்க்கையுடன் ஒத்துப் போவதில் ஆசிரியர்களைப்போல பெற்றோர்களின் பங்கும் மிகவும் முக்கியம்.

பள்ளிக்கூடம் முடிந்து குழந்தை வீட்டுக்கு வந்தவுடன் 'இன்றைக்கு ஸ்கூல்ல என்ன பாடம் நடத்துனாங்க..? லஞ்ச் ஒழுங்கா சாப்டியா..? ஸ்கூல்ல என்ன பண்ணுன..? ஸ்கூல்ல் என்ன நடந்துச்சு..?' என்பது போன்ற கேள்விகளைத்தான் பெரும்பாலான தாய்மார்கள் கேட்பார்கள். அதற்கு குழந்தைகளின் பதிலும் 'உ...ம், ஆமாம், இல்லை' என ஒரே வார்த்தையில்தான் இருக்கும். எனவே, குழந்தைகள் வீட்டுக்கு வந்ததும் இதுபோன்ற கேள்விகளை உடனே கேட்காதீர்கள்.

பள்ளியிலிருந்து வந்ததும் அவர்களை புன்சிரிப்புடன் வரவேற்றுப் பழகுங்கள், கேள்விகளுடன் வரவேற்காதீர்கள். பள்ளிக்கூட மன நிலையிலிருந்து மாறி வீட்டு மனநிலைக்கு வருவதற்கு அவர்களுக்குக் கொஞ்சம் நேரம் தேவைப்படும். அதுவரை காத்திருங்கள். அதன் பிறகு, பொறுமையாக, 'பள்ளியில் இன்று கேம்ஸ் பீரியடில் ஜாலியாக விளையாடினாயா?' என்பது போன்ற கேள்விகளை முதலில் கேளுங்கள். (அவர்களுக்குப் பிடித்த விளையாட்டு அல்லது பொழுதுபோக்கு பற்றி முதலில் கேளுங்கள்) அதன்பிறகு வகுப்பில் நடந்ததைப் பற்றி கேளுங்கள். ஒவ்வொன்றாக பதில் சொல்வார்கள். பதில் கிடைக்காவிட்டாலும் ஒரே கேள்வியைத் திரும்பத்திரும்ப கேட்காதீர்கள்.

பெற்றோர்களுக்கு அடுத்தபடியாக குழந்தைகளின் பாதுகாவலர்கள் என்றால் அது ஆசிரியர்கள்தான். அதுவும் பள்ளிக்கூடங்களில் அவர்கள்தான் முதன்மையான பாதுகாவலர்கள். எனவே, எப்போதும் உங்கள் குழந்தையின் ஆசிரியர்களுடன் ஒத்துப்போய் பழகுங்கள். நேர்மறையாக பேசுங்கள். இப்போதெல்லாம் பெரும்பாலும் எல்லா பள்ளிகளிலும் வகுப்பாசிரியர்களும்

பெற்றோர்களும் மாதம் ஒரு முறையாவது சந்திக்க வேண்டிய கட்டாயம் ஏற்படுகிறது. அதுபோன்ற நேரங்களில் குழந்தைகளைப் பற்றி இரு தரப்பினரும் கலந்து பேசி அவர்கள் மீது கூடுதல் கவனம் செலுத்தலாம். குழந்தையின் வளர்ச்சிக்கு இது பெரிதும் உதவியாக இருக்கும்.

உங்கள் பிள்ளையின் எண்ணம் அல்லது கருத்துகளுக்கு முக்கியத்துவம் கொடுங்கள். அவர்கள் சொல்வதை உன்னிப்பாகக் கேளுங்கள், இடைமறித்துப் பேசாதீர்கள். அவர்கள் பேச்சைக் கேட்டு கிண்டலாக சிரிப்பது அல்லது அலட்சியம் செய்வதுபோல் நடக்காதீர்கள். அவர்களின் எண்ணங்களுக்கு மதிப்புக் கொடுங்கள். குழந்தைகள் சொல்வதை நீங்கள் கவனித்துக் கேட்கும் போதுதான் அவர்கள் மீது நீங்கள் அக்கறை வைத்திருக்கிறீர்கள் என மன ரீதியான நம்பிக்கை இயல்பாக அவர்களுக்கு ஏற்படும். அப்போது அவர்கள் மனதில் உங்கள் மதிப்பு தானாகவே கூடும். இது பெற்றோர் பிள்ளைகளுக்கிடையேயான உறவை வலுப்படுத்துவதுடன் உங்கள் பிள்ளைகளுக்குத் தன்னம்பிக்கையையும் ஏற்படுத்தும்.

குழந்தைகளை ஒருபோதும் அடிக்காதீர்கள். உங்கள் குழந்தைகளை நீங்கள் அடித்தால் அந்தக் குழந்தைக்கு தானும் மற்றவர்களை அடிக்க வேண்டும் என்று தோன்றும். இது போன்ற தொடர் எண்ணங்கள் ஒரு குறிப்பிட்ட இடைவெளியில் மன ஆவேசமாக மாறிவிடும். அதேபோல முட்டாள், அறி வில்லையா? என்பது போன்ற வார்த்தைகளை குழந்தைகளிடம் பயன்படுத்தாதீர்கள். ஏதாவது தவறு செய்துவிட்டால்கூட, ஏன் அப்படிச் செய்தாய்? ஏன் இப்படிச் செய்தாய்? என்கிற ரீதியில் கேள்விகளை முன் வைக்காமல், என்ன ஆயிற்று? கவனிக்க மறந்துவிட்டாயா? என்கிற ரீதியில் ஆறுதலான கேள்விகளைக் கேளுங்கள். குழந்தைகளைப் பொறுத்த வரை வலுவான வார்த்தைத் தாக்குதல்கள் பிரச்னைக்குத் தீர்வாக அமையாது. அவர்களுடன் மனம் விட்டுப் பேசுவதுதான் நிரந்தரத் தீர்வாக இருக்கும்.

குழந்தைக்கு தன்னம்பிக்கை வளர என்னென்ன தேவையோ அவை அனைத்தையும் பெற்றோர்கள் செய்ய வேண்டும். வயதுக்கு ஏற்றார்போல் சின்னச்சின்ன வேலைகளைச் செய்யப் பழக்குங்கள். அதற்கு நீங்கள் உதவியாக இருக்கலாம், ஆனால், முழுவதையும் நீங்களே செய்யாதீர்கள். வேலையைச் செய்ய உற்சாகப்படுத்துங்கள். எதற்கெடுத்தாலும் உங்களைச் சார்ந்திருக்க வேண்டிய நிலையை

ஏற்படுத்திவிடாதீர்கள். அவர்களே சுயேட்சையாக, தனித்துவமாக எதையும் செய்வதற்கு ஏற்ற வகையில் பழக்கப்படுத்துங்கள்.

உங்கள் குழந்தைக்கு தற்போது என்ன வயதாக இருந்தாலும் பரவாயில்லை. நீங்கள் நல்ல பெற்றோராக இருக்க முயற்சி செய்யுங்கள். காரணம், உங்கள் குழந்தையை ஒரு குறிப்பிட்ட வயதிற்குப் பிறகு சரி செய்வதைவிட குழந்தையாக இருக்கும்போதே குணாதிசயங்களை சரியான முறையில் கட்டமைப்பது மிகவும் எளிது. நமது மரபின்படி பிள்ளைகளை நல்ல விதமாய் வளர்ப்பதென்பது பெற்றோர்கள் கையில்தான் உள்ளது. அதற்குப் பெரிதாக ஒன்றும் அலட்டிக்கொள்ளத் தேவையில்லை என்றாலும் கொஞ்சம் சிரத்தை எடுத்தே ஆக வேண்டும். நம் பெற்றோர் நம்மை எப்படி வளர்த்தார்கள் என்பதைக் கொஞ்சம் திரும்பிப் பார்த்தால் போதும்.

எவ்வளவு பெரிய பிரச்னை என்றாலும் ஒரு குறிப்பிட்ட வயது வரை குழந்தைகள் முன்னிலையில் பெற்றோர்கள் சண்டை போடுவதை தவிர்க்க வேண்டும். கணவன் மனைவிக்கிடையேயான சண்டை சச்சரவுகள், பிரச்னைகள் பிள்ளைகளுக்குத் தெரியும்படி நடந்து கொள்ளக் கூடாது. குழந்தைகள் முன்னிலையில் மற்றவர்களைத் தேவையில்லாமல் விமர்சிக்கக் கூடாது. குறிப்பாக அவர்களது ஆசிரியர் அல்லது ஆசிரியைகளைப் பற்றி விமர்சிக்காதீர்கள். ‘உங்க டீச்சருக்கு ஒண்ணுமே தெரியல’ என்பது போன்ற வார்த்தைகளை குழந்தைகளிடம் சொல்லாதீர்கள். தன்னுடைய ஆசிரியரைப் பற்றி குழந்தைகளின் மனதில் மிகப் பெரிய பிம்பம் ஒன்று இருக்கும். அதை உடைக்கும்போது அது குழந்தைகளின் மனநிலையையும் படிப்பையும் பாதிக்கும். பெற்றோர்களும் சரி, ஆசிரியர்களும் சரி இதைப் புரிந்து நடந்துகொள்ள வேண்டும்.

குழந்தைகள் முன்னிலையில் தவறான வார்த்தைகளைப் பயன்படுத்தாதீர்கள். பெற்ற பிள்ளைகளை கண்டிக்கும்போது ‘கொன்னு போட்ருவேன், கையை காலை உடைத்து விடுவேன்’ என்பது போன்ற வார்த்தைகளைப் பயன்படுத்தாதீர்கள். கண்டிப்பது என்பது ‘பாசிட்டிவ் அப்ரோச்‘ எனப்படும் நேர்மறை எண்ணங்களை விதைப்பதாக இருக்க வேண்டும். நாம் என்ன சொல்கிறோமோ அல்லது என்ன செய்கிறோமோ, அதைத்தான் குழந்தைகள் அப்படியே திரும்பச் செய்யும்.

குழந்தைகளுக்குக் காசு கொடுத்தோ அல்லது ஒரு காரியத்தை செய்வதற்கு கமிஷன் கொடுத்தோ பழக்காதீர்கள்.

எதைச் செய்தாலும் ஏதாவது ஒன்றை எதிர்பார்க்கும் மனநிலையை அவர்களிடம் ஏற்படுத்திவிடும்.

அடுத்த வீட்டுக் குழந்தையுடன் உங்கள் குழந்தைகளை ஒருபோதும் ஒப்பிட்டுப் பேசாதீர்கள். அது அவர்களிடம் தாழ்வு மனப்பான்மையை ஏற்படுத்திவிடும். பிஞ்சுக் குழந்தைகளின் மனதில் நஞ்சை விதைப்பதற்குச் சமமாகிவிடும்.

குழந்தைகள் முன்னிலையில் மது அருந்துவது, புகைபிடிப்பது, புகையிலை, பான்பராக் போடுவது போன்றவற்றை முற்றிலுமாக தவிர்த்திடுங்கள். உங்கள் வீட்டிற்கு வரும் உறவினர்கள் மற்றும் நண்பர்களையும் உங்கள் குழந்தைகள் முன்னிலையில் இவற்றைச் செய்ய அனுமதிக்காதீர்கள்.

பெண்குழந்தைகளின் பெற்றோருக்கு, குறிப்பாக தந்தைக்கு பிள்ளைகளை வளர்ப்பதில் கொஞ்சம் கூடுதல் பொறுப்பு உண்டு. தந்தையின் சரியான வழிகாட்டுதல், அன்பு, அரவணைப்புடன் வளரும் பெண்பிள்ளைகள் எவ்வளவு பெரிய பிரச்னை வந்தாலும் சமாளிக்கக் கூடிய திறன் பெற்றிருப்பதாக ஆய்வுகள் தெரிவிக்கின்றன. பெண் பிள்ளைகளைப் பொறுத்தவரை அப்பா என்பவர் குழந்தைப்பருவம் தொடங்கி டீன் ஏஜ் வரை ஒரு நல்ல நண்பராக, பாதுகாவலராக, தன்னம்பிக்கை ஊட்டுபவராக, வழிகாட்டியாக இருக்கிறார். பெண் பிள்ளைகளைப் பொறுத்தவரை இத்தனை நல்ல முகங்கள் கொண்ட ஒரே நபர் தன் அப்பாதான். பிறந்த குழந்தை முதலில் சந்திக்கும் ஆண் அப்பாதான். அப்பாவிடமிருந்துதான் ஆணுக்குரிய குணாதிசயங்களை ஒரு பெண்பிள்ளை கற்றுக்கொள்கிறது. எனவே, தன் பிள்ளைக்கு நல்ல முன்மாதிரியாக வாழ வேண்டியது அப்பாக்களின் கடமை. அப்பாக்கள் மீதான பாசமும், பந்தமும், கரிசனமும் பெண்பிள்ளைகளிடம் நிறைந்திருக்கும். எப்போதும் ஒரே மாதிரியாக இருக்கும். அதை வெளிப்படுத்தும் விதம் வேண்டுமானால் அவர்களது வளர்ச்சிக்கேற்ப மாறுபடலாம்.

பிள்ளைகளுக்கு அறிவுரைகள் கூறுவதைவிட அதன்படி நீங்கள் நடந்து காட்டுங்கள். அவர்களும் அதைப் பின்பற்றத் தொடங்கிவிடுவார்கள். நீங்கள் பேசுவதைவிட முதலில் உங்கள் குழந்தைகள் பேசுவதை காது கொடுத்துக் கேளுங்கள். அதன்பிறகு அவர்களுக்குப் புரியும் மொழியில் விளக்குங்கள். முடிந்தவரை பிள்ளைகளுடன் அதிக நேரம் செலவிட முயற்சி செய்யுங்கள். இயல்பாக உரையாடுங்கள். நீங்கள் மற்றவர்களிடம் எப்படி

நடந்து கொள்கிறீர்கள் என்பதையும் உங்கள் பிள்ளைகள் உற்று நோக்குவார்கள், அதை வைத்துதான் உங்களை எடை போடுவார்கள் என்பதைப் புரிந்துகொள்ளுங்கள். உங்கள் அன்பு போலித்தனமானது இல்லை என்பதை உங்கள் பிள்ளைகளுக்கு யதார்த்தங்கள் மூலம் மட்டுமே புரிய வைக்க முடியும்.

இன்றைய நவ நாகரிக உலகில் பொருளாதாரத் தேவையை நிறைவு செய்வதற்காக பெருநகரங்கள் என்றில்லாமல் எல்லா இடங்களிலும் தாய்-தந்தை இருவரும் பணிக்குச் செல்ல வேண்டிய கட்டாயம் ஏற்பட்டுள்ளது. இதனால் குழந்தைகள் மீது சரியான அன்பு செலுத்த முடியாத நிலை ஏற்படுவதை பல இடங்களில் காண முடிகிறது. பணம் அவசியம்தான், ஆனால், பணம் மட்டுமே முக்கியம் கிடையாது. பணம் சம்பாதித்தால் போதும் குழந்தைகளுக்கு தேவையானதை வாங்கிக் கொடுத்துவிடலாம் என்று பெற்றோர்கள் கருதுவதும் தவறு. உங்கள் குழந்தைகளுக்குத் தேவைப்படும் அன்பையும் பராமரிப்பையும் பணத்தால் மட்டுமல்ல, உங்களைத் தவிர வேறு யாராலும் தர முடியாது என்பதே யதார்த்தம்.

ஒரு குழந்தைக்கு முதன்முதலில் கிடைக்கவேண்டியது முழுமையான அன்புதான். குழந்தையை மடியில் அமரவைத்து கதைகள் சொல்வது முழுமையான அன்பை அவர்களுக்குக் கிடைக்கச் செய்யும். அப்படி வளர்க்கும் பெற்றோரிடம் குழந்தைகள் மிக நெருக்கமாகிவிடும். இரண்டரை வயது முதல் நல்ல விசயங்களை அவர்களுக்கு கற்றுக்கொடுக்கலாம். குழந்தைகளை பள்ளிக்கு அனுப்பத் தொடங்கிய பெற்றோர்கள் அவர்களுக்கு சின்னச்சின்ன வேலைகளைச் சொல்லிக் கொடுக்கலாம். ஆரோக்கியமான சூழலை ஏற்படுத்தித் தர வேண்டியது பெற்றோரின் கடமை.

ஆரோக்கியமாக வளர்க்க வேண்டும் என்பதற்காக அதிக ஊட்டச்சத்துகள் நிறைந்த உணவுப் பொருட்களைத் திணித்து, குண்டு குழந்தைகளாக மாற்றிவிடக் கூடாது. தோல்வியைச் சந்திக்கும் மனப்பக்குவத்தையும் கொஞ்சம் கொஞ்சமாக அவர்களுக்கு ஏற்படுத்த வேண்டும். குழந்தைகள் முதன் முதலாக தோல்வியை எப்போது சந்திக்கிறார்கள் என்பதை கவனித்து அவர்களுக்கு சரியான ஆலோசனை கூற வேண்டும். தோல்வி என்பது வெற்றியின் அடிப்படை என்பதை பக்குவமாகப் புரியவைக்க வேண்டும். வெற்றி, தோல்வி இரண்டையும் சமமாக எடுத்துக்கொள்ளும் மனப்பக்குவத்தை நம்முடைய செய்கைகளின் மூலம் அவர்களுக்கும்

ஏற்படுத்த வேண்டும். சிறுவயதிலேயே பணத்தின் மதிப்பை உணரும் வகையில் அவர்களுக்கு கற்றுக்கொடுக்க வேண்டும்.

வீட்டின் சூழ்நிலையை பக்குவமாகப் புரியவைத்து, தேவையற்ற செலவுகளைத் தவிர்க்கலாம். 'பாக்கெட் மணி' கொடுத்தால், அந்த பணத்திலும் சேமிக்கும் பழக்கத்தை உருவாக்க வேண்டும்.

குழந்தைகள் பேசுவதை பெற்றோர்கள் பொறுமையாக கேட்க வேண்டும். பள்ளி ஆசிரியர்கள், வகுப்புத் தோழர்கள், தோழிகள், பக்கத்து வீட்டுக்காரர்கள் பற்றி குழந்தைகள் சொல்வதை ஆர்வமாகக் கேட்க வேண்டும். ஒரு குழந்தை அதன் சக்திக்குத் தகுந்தவாறுதான் சிந்திக்கும். அதனால், எந்தச் சூழ்நிலையிலும் குழந்தையைக் கட்டாயப்படுத்தக் கூடாது. எந்த ஒரு விசயத்திலும் குழந்தை வெற்றி பெற்றால் பாராட்டுங்கள். தோற்றால் தட்டிக்கொடுங்கள். அதுவே, அவர்களின் வெற்றிக்கு வழிவகுக்கும். வெற்றி என்பது ஒரு நாள் கனவு நிறைவேறுவதுடன் முடிந்து விடுவதல்ல என்பதையும் உணர்த்த வேண்டும்.

பிரச்னைகளை எதிர்கொள்ளும் பக்குவத்தோடு வளர்த்தால் தன்னம்பிக்கை அவர்களுக்குள் தானாக துளிர்விடும். குழந்தைகள் மற்றவர்களிடம் பழகும்போது, எப்படி நடந்துகொள்கிறார்கள் என்பதை கவனித்து அவர்களை சரிப்படுத்த வேண்டும். எந்த பெற்றோர் தங்களது குழந்தையை அதிகம் கண்டிக்கிறார்களோ, அவர்கள் குழந்தையிடம் அதிகமாக எதிர்பார்க்கிறார்கள் என்றுதான் அர்த்தம்.

பெற்றோர்கள் எப்படி இருக்க வேண்டும் என்பதற்கு வரையறையோ அல்லது விதிமுறைகளோ கிடையாது. ஆனால், குழந்தை வளர்ப்புக்கு நம் முன்னோர்கள் காட்டிய வழி இருக்கிறது. ஒவ்வொரு குழந்தைக்கும் அவர்களது குடும்பம், சுற்றுச்சூழலைப் பொறுத்து ஒவ்வொரு விதமான வளர்ப்பு முறை உண்டு. அதற்கேற்றார்போல் அனுசரித்து பொதுவான நல்ல வழிமுறைகளை எடுத்துக்கொள்வதே சிறந்தது. பெற்றோர்கள் சில நேரங்களில் நல்ல ஆசிரியர்களாகவும், ஆசிரியர்கள் சிலநேரங்களில் நல்ல காப்பாளராகவும் இருக்க வேண்டியது அவசியம். இதை இரண்டு தரப்பினரும் உணர்ந்தால் எதிர்காலச் சமுதாயம் சிறந்து விளங்கும் என்பதில் ஐயமில்லை.

✷ ✷ ✷

# 5

## உணவில் கவனம்

பெற்றோர்கள் சிலர் தங்கள் பிள்ளைகளை காலையில் எழுப்பி எப்படியாவது பள்ளிக்கூடத்துக்கு அனுப்பிவிட்டால்போதும், அதன்பிறகுதான் நிம்மதி என்று நினைக்கிறார்கள். அதுவும் பிரீ.கே.ஜி. முதல் இரண்டாம் வகுப்பு வரை படிக்கும் குழந்தைகளாக இருந்தால் பெற்றோர்களுக்கு போதும்போதும் என்றாகி விடுகிறது. அவர்களை அவசர அவசரமாகக் கிளப்பி, டிபன் பாக்ஸில் மதிய உணவையும், சிற்றுண்டிகளையும் கொஞ்சம் தீனியையும் வைத்து அனுப்பிவிடுகிறார்கள்.

அப்படித்தான் ஒருமுறை எல்.கே.ஜி. படிக்கும் குழந்தை வகுப்பறையில் மதிய உணவு இடைவேளை யின்போது டிபன்பாக்ஸைத் திறந்து சாப்பிடத் தொடங்கியது. கொஞ்சநேரத்தில் ஆ.. ஊ.. என்று ஒரே சத்தம். அந்தப் பிஞ்சுக்குழந்தை கண்களில் கண்ணீருடன் நாக்கை வெளியே நீட்டிக்கொண்டு உஸ்... உஸ்... என்று துடித்துக்கொண்டிருந்தது. ஓடிப் போய் என்னவென்று பார்த்தால் சாப்பாட்டில் நீளமான பச்சைமிளகாய் முழுதாய் கிடக்கிறது. அது தெரியாமல் அதை அப்படியே கடித்துவிட்ட குழந்தை, காரம் தாங்க முடியாமல் துடித்துக்கொண்டிருந்தது. உடனே அந்தக் குழந்தைக்கு தண்ணீர் கொடுத்து ஆசுவாசப்படுத்தி, சிறிது இனிப்பை எடுத்துக் கொடுத்தேன்.

சிறிது நேரத்தில் யதார்த்த நிலைக்கு வந்த அந்தக் குழந்தை எவ்வளவோ சொல்லியும், அதன் பிறகு மதிய உணவை சாப்பிடவே இல்லை. இது யாருடைய தவறு..? தெரியாமல் மிளகாயைக் கடித்துவிட்ட குழந்தையின் தவறா? அல்லது, சிறு குழந்தைக்குக் கொடுத்தனுப்பிய உணவைச் சரியாகக் கவனிக்காமல், பச்சை மிளகாயுடன் சேர்த்து வைத்து அனுப்பிய தாயாரின் தவறா?

இதேபோல ஒரு பள்ளிக்கூடத்தில் நிகழ்ந்த இன்னொரு நிகழ்வு பற்றி பத்திரிகைகளில் வந்த செய்தியை நாம் படித்திருப்போம். ஒரு குழந்தை தன் ஸ்நாக்ஸ் டப்பாவை திறந்து அதிலிருந்த வாழைப்பழத்தை உரித்து முழுதாக அப்படியே சாப்பிட்டுவிட்டது. தொண்டையில் வாழைப்பழம் அடைத்துக்கொள்ள மூச்சுத்திணறல் வந்து மயங்கி விழுந்துவிட்ட குழந்தையை என்ன, ஏது என்றே தெரியாமல் மருத்துவமனைக்கு தூக்கிக்கொண்டு ஓடினார்கள் அந்தப் பள்ளியின் ஆசிரியர்கள். ஆனால், பாவம் அந்தக் குழந்தை... மூச்சுத் திணறி உயிரிழந்துவிட்டதாக மருத்துவர்கள் தெரிவித்தனர். இதில் வாழைப்பழத்தை முழுதாகத் தின்றது குழந்தையின் தவறா? எல்.கே.ஜி. படிக்கும் குழந்தைக்கு முழு வாழைப்பழத்தை கொடுத்தனுப்பியது பெற்றோரின் தவறா?

பல பள்ளிகளில் ‘குழந்தைகளுக்கு ஜங்க் புட்(Junk food) எனப்படும் நொறுக்குத் தீனி வகை உணவுகளைக் கொடுத்தனுப்பாதீர்கள்’ என்று கண்டிப்பாக அறிவுறுத்துகிறார்கள். ஆனாலும்கூட யாருக்குத் தெரியப்போகிறது என்று அவற்றை மறைத்து கொடுத்தனுப்பும் பெற்றோர்கள் இருக்கத்தானே செய்கிறார்கள். ஒரு பள்ளியில் படிக்கும் ஆயிரக்கணக்கான குழந்தைகள் என்ன உணவு கொண்டு வருகிறார்கள் என்று ஆசிரியர்களால் கவனிக்க முடியுமா?

பள்ளி செல்லும் குழந்தைகளுக்கு காலை உணவு மிகவும் அவசியம். குழந்தைகள் பசியுடன் இருந்தால் அது மூளையின் செயல்பாடுகளுக்கு பாதிப்பை ஏற்படுத்தும். ஊட்டச்சத்து மிகுந்த உணவுதான் படிக்கும் குழந்தைகளுக்கு சிறந்தது. அதுதான் குழந்தைகளுக்கு நினைவாற்றலையும் சுறுசுறுப்பையும் அதிகரிக்கச் செய்யும் என்பது உணவியல் வல்லுநர்களின் கருத்து. பிஸ்கெட்டும், பிரெட்டும் சாப்பிட்டுவிட்டு பள்ளிக்கு வரும் குழந்தைகள் வகுப்பில் அதிகம் தூங்கி வழிவதைப் நான் பார்த்திருக்கிறேன்.

காலையில் அவ்வளவாக பசி இருக்காது என்றாலும், பள்ளிக்கூடத்தில் முதல் பெல் அடித்தவுடன் குழந்தைகளுக்கு

பசி வயிற்றைக் கிள்ளத் தொடங்கும். ஆனால், பிற்பகல் உணவு இடைவேளை வரை பசியை அடக்கிக்கொண்டுதான் இருக்கவேண்டும். பசியுடன் அவர்களால் படிப்பில் கவனம் செலுத்த முடியுமா? அதனால்தான் குழந்தைகளுக்குக் காலை வேளையில் ஊட்டச்சத்து மிகுந்த உணவை வழங்க வேண்டும் என்கிறார்கள். காலை உணவு சரியில்லை என்றால் அவர்கள் படிப்பில் கவனம் செலுத்தமாட்டார்கள். பாடங்கள் உட்பட எதிலும் உற்சாகம் இல்லாமல் இருப்பார்கள். படித்ததை நினைவூட்டுவது கடினமாவதோடு அதுவே சுமையாகவும் மாறிவிடும்.

காலையில் சீக்கிரமே சாப்பிடவேண்டியிருப்பதால் பசியின்மை, பள்ளிவேன் வந்துவிடுமே என்ற பதற்றம், பள்ளிக்கூடம் செல்லும் அவசரத்தில் காலை உணவில் அக்கறை இல்லாதது, தினந்தோறும் ஒரே மாதிரியான காலை உணவு என்பதால் அதில் ஏற்படும் வெறுப்பு, ருசியின்மை, பெற்றோருக்கு நேரமில்லாதது என குழந்தைகள் காலை உணவைத் தவிர்ப்பதற்கு எத்தனைக் காரணங்களைக் கூறினாலும் காலை உணவைத் தவிர்ப்பது கூடாது என்பதே மருத்துவர்களின் கருத்து. இதை பெற்றோர்கள் புரிந்துகொள்ள வேண்டும்.

முதல் நாள் இரவு குழந்தைக்கு சீக்கிரமே உணவைக் கொடுத்து விட்டால், காலையில் சீக்கிரமே பசி எடுக்கும். காலையில் ஆறு மணிக்கெல்லாம் தூக்கத்தில் இருந்து எழும்பவும், எழுந்தவுடன் காலைக் கடன்களை முடிக்கவும் பழக்க வேண்டும். ஒவ்வொரு நாளும் ஒவ்வொரு விதமான காலை உணவை தயாரித்து வழங்குங்கள். சுத்தமான பள்ளிச் சீருடை, காலணி, தலை வாருதல் போன்றவற்றில் கவனம் செலுத்துவதைப்போல், சத்தான உணவை குழந்தைக்கு அளிப்பதிலும் பெற்றோர்கள் கவனம் செலுத்த வேண்டும்.

**இளம் தாய்மார்களுக்கு:** பிள்ளைகள் முதன்முதலில் தன் பெற்றோரை விட்டு வேறு உலகத்தை தனியாகப் பார்ப்பது என்பது மழலையர் வகுப்பில்தான். பலதரப்பட்ட சூழ்நிலையில் இருந்து வரும் குழந்தைகளை, அதுவும் சின்னஞ்சிறு குழந்தைகளை சமாளிப்பது என்பது ஆசிரியைகளுக்கு சவாலான பணிதான். அதைவிட சவாலாக இருப்பது அந்தக் குழந்தைகளின் பெற்றோரை சமாளிப்பதுதான். குழந்தைகளைவிட அவர்களது தாயாரிடம் இருந்து வரும் கேள்விகளை சமாளிப்பதற்கே அந்த ஆசிரியை தனியாகப் பயிற்சி எடுக்க வேண்டும். ஆசிரியர்களின் நிலையைப் பெற்றோர்கள் புரிந்துகொண்டால்தான் குழந்தைகளின் பள்ளி

வாழ்க்கை சந்தோஷமாக இருக்கும். என்னுடைய 15 வருட ஆசிரியப் பணி வாழ்க்கையில் நான் புரிந்து கொண்ட முதல் கருத்து இதுதான். இதே போல மழலையர் வகுப்பில் படிக்கும் குழந்தைகளின் இளம் பெற்றோர்கள் கவனத்தில் கொள்ளவேண்டிய மேலும் சில விசயங்கள் உள்ளன.

**உணவுப் பழக்கவழக்கம்:** உங்கள் குழந்தைகள் யாருடைய உதவியும் இல்லாமல் தனியாகச் சாப்பிட வேண்டும். அதற்கு குழந்தையைப் பள்ளியில் சேர்ப்பதற்கு முன்பு வீட்டிலேயே விளையாட்டாகப் பழக்க வேண்டும். பள்ளியில் சேர்த்த முதல் ஒரு மாதத்திற்கு குழந்தைக்கு பிடித்த உணவு வகைகளையே கொடுக்க வேண்டும். பிடிக்காத உணவைக் கொடுத்து சோதிக்கக் கூடாது. ஒரு வகுப்பில் படிக்கும் 30 குழந்தைகளையும் சாப்பிட வைப்பதற்கு ஆசிரியை என்பவர் மந்திரவாதி கிடையாது.

என் குழந்தைக்கு ஜங்க் ஃபுட் கொடுக்க மாட்டேன், சத்துள்ள சுண்டல் மற்றும் பயறு வகைகளைத்தான் கொடுப்பேன் என்று சொல்வது நல்லதுதான். ஆனால், பள்ளியில் உங்கள் குழந்தைகள் மற்ற குழந்தைகளிடம் கெஞ்சிக் கேட்டோ, மிரட்டியோ அவற்றை வாங்கிச் சாப்பிட்டுவிட்டு நீங்கள் கொடுக்கும் சுண்டலை குப்பைத் தொட்டியில் போட்டுவிடுவார்கள் என்பது பெற்றோருக்குத் தெரியாது.

அதேபோல, குழந்தைகள் தானாக மென்று சாப்பிட வீட்டில் இருக்கும்போதே பழக்க வேண்டும். புதிய உணவுகளைக் கொடுத்துப் பரிசோதிக்கும் முயற்சிகளையும் வீட்டில் இருக்கும்போதுதான் செய்ய வேண்டும். குழந்தைக்கு எவ்வளவு தேவையோ அந்த அளவு மட்டும் கொடுத்தனுப்புங்கள். ஆசிரியை எப்படியாவது பயமுறுத்திச் சாப்பிட வைத்துவிடுவார் என்று ஒருபோதும் எண்ணாதீர்கள். மூன்று வயது வரை மிக்சியில் அடித்து சாப்பாடு கொடுத்து பழக்கப்படுத்திய குழந்தைகள் பள்ளியில் சாப்பிடுவதற்கு சிரமப்படும். உணவுப் பாத்திரத்தை யாருடைய உதவியும் இன்றி குழந்தை தானாகவே திறந்து சாப்பிடுவதற்கும், மிச்சம் வைக்காமல் சாப்பிடுவதற்கும் பழக்க வேண்டும். அனைவரது கவனத்தையும் கவரும் வகையிலான பாத்திரங்களைக் கொடுத்தனுப்பாதீர்கள்.

❊❊❊

# 6

## குழந்தைகளின் மனஅழுத்தம்

**போ**துவாக குழந்தைகள் பெரிய அளவில் எதிர்பார்ப்புகள் எதுவும் இல்லாதவர்கள். அவர்கள் எதையுமே சந்தோஷமாகப் பார்க்கக் கூடியவர்கள். அதனால்தான் அவர்களால் மனஅழுத்தம் இல்லாமல் இருக்க முடிகிறது. அப்படிப்பட்ட குழந்தைகளுக்கே மனஅழுத்தம் என்றால் நம்ப முடிகிறதா?

குழந்தைகளுக்கு ஏற்படும் மனஅழுத்தம் அவர்களது மூளையை வெவ்வேறு வழிகளில் பாதிக்கும்.

மனஅழுத்தம் என்பது சிறுவர்களை ஒரு மாதிரியாகவும், சிறுமிகளை வேறு மாதிரியாகவும் பாதிக்கும். இதனால் இருபாலருக்கும் இடையில் காணப்படும் பாதிப்புகளுக்கான அறிகுறிகள் வேறுபட்டதாக இருக்கும். அப்படி பாதிக்கப்பட்ட குழந்தைகளிடம் பேசிப் பார்த்தால் சில உண்மைகள் புரியும். மிகுந்த மன உளைச்சல் அல்லது அதிர்ச்சியை அவர்கள் அனுபவித்து வருவது கூடத் தெரியவரலாம். அவர்களைப் பொறுத்தவரை அது உண்மையே. இதுபோல தீவிரமான அல்லது நீண்ட கால மனஅழுத்தத்திற்கு குழந்தைகள் ஆளாக நேரிட்டால் அது அவர்களது மூளையைப் பாதிக்கும் ஆபத்துள்ளது என மனநல

மருத்துவர் ஒருவர் தெவித்தது எனக்கு நினைவுக்கு வருகிறது. பெண் குழந்தைகள் வழக்கத்தைவிட மிக முன்னதாகவே பருவமடைவதில், இந்த அதிக மனஅழுத்தம் முக்கிய பங்காற்றக் கூடும் என்றும் அந்த மனநல மருத்துவர் கூறினார். அதிர்ச்சி என்பது எந்த ஒரு நிகழ்வாகவும் இருக்கலாம். ஒரு கார் விபத்தாக இருக்கலாம், ஓர் இயற்கைப் பேரழிவு, கட்டாயப்படுத்திக் காரியம் சாதிப்பது அல்லது கொடூரமான குற்றம் போன்ற நிகழ்வுகளால் ஏற்படலாம். ஒருசில நிகழ்வுகளால் ஏற்பட்ட மனஅழுத்தம் என்பது சில நாட்களுக்கு நீடிப்பது வழக்கமானதுதான். ஆனால் ஒரு மாதத்தைக் கடந்தும் அவை தொடர்ந்தால், மருத்துவரை சந்திப்பது அவசியம்.

மனஅழுத்தத்தை ஒவ்வொரு குழந்தையும் ஒவ்வொரு மாதிரி வெளிப்படுத்துவார்கள். கோபமாக பேசுவது, முகத்தைத் தூக்கி வைத்துக்கொண்டு யாருடனும் பேசாமல் உட்கார்ந்திருப்பது, ஆத்திரத்தில் கையில் கிடைப்பதையெல்லாம் போட்டு உடைப்பது, எல்லாப் பொருள்களையும் காலால் சீண்டுவது என பல்வேறு வழிகளில் குழந்தைகளின் மனஅழுத்தம் வெளிப்படும். அவர்களது மனஅழுத்தம் அதிகமாக பல காரணங்கள் உண்டு.

குடும்பத்தில் கணவன் மனைவியிடையே ஒருவருக்கொருவர் நடக்கும் வாக்குவாதங்கள், பெற்றோர்கள் மற்றும் உற்றார் உறவினர்களோடு குழந்தைக்கு உறவில் ஏற்படும் விரிசல், குழந்தைகளின் நட்பில் உண்டாகும் பிரச்னை, மிக நெருக்கமான உறவினர்கள் நண்பர்கள் மற்றும் செல்லப்பிராணிகளின் பிரிவு, உடல்நோய்கள், மற்றவர்களின் முரட்டுத்தனம், பிடிவாதம், தொடர் தோல்விகள் போன்றவை குழந்தை களின் மனஅழுத்தம் அதிகரிக்கக் காரணங்களாக அமைகின்றன. பெற்றோரைப் பாதிக்கும் பிரச்னைகள்கூட சிலநேரங்களில் குழந்தையையும் பாதிக்கலாம் என்பதும் உளவியல் வல்லுநர்களின் கருத்து. உட்கொண்ட மருந்துகளால் ஏற்படும் பக்க விளைவுகள்கூட ஒரு காரணமாக இருக்கலாம். மனஅழுத்தத்திற்கு ஆளாகி அவதிப்படும் குழந்தைகள் அதை ஏற்றுக்கொள்ளவோ அல்லது சமாளிக்கவோ முடியாமல் அதிகம் திணறிப் போய்விடுவார்கள்.

அப்படி மனஅழுத்தத்தினால் பாதிக்கப்பட்ட குழந்தைகள் பெற்றோருடன் பேசுவதற்கு விரும்பமாட்டார்கள். இருந்தாலும்கூட, அவர்கள் மிகவும் விரும்புகின்ற நண்பர்கள் அல்லது உறவினர்கள்

மூலமாகப் பேசிப்பார்ப்பது நல்லது. அப்படிப் பேசும்போது, அவர்களுக்கு மனஅழுத்தத்தை உண்டாக்கியது எது என்பதை அறிய முடியும். அப்படிப் பாதிக்கப்பட்ட குழந்தைகளுடன் உரையாடும்போது அவர்கள் கூறுவதை மிகவும் கவனமாகக் கேட்க வேண்டும். குழந்தைகள் சொல்ல வருவதை முழுவதுமாகச் சொல்ல அனுமதிக்க வேண்டும். அவர்கள் பேசிக்கொண்டு இருக்கும்போது நடுவில் குறுக்கிடக் கூடாது. அல்லது எனக்கு அப்பவே தெரியும், நீ சரியான முட்டாள், நீ எப்போதும் செய்யும் தப்பு இதுதான் என்பது போன்ற எதிர்மறை வார்த்தைகளைப் பயன்படுத்தக் கூடாது.

குழந்தைகள் நினைப்பதை அவர்களது சொந்த வார்த்தைகளின் மூலமாக பொறுமையாக வெளிப்படுத்த அனுமதி அளிக்க வேண்டும். அவர்கள் சொல்லி முடிக்கும் வரையில் பொறுமை காக்க வேண்டும், அவசரப்படக் கூடாது. அவர்கள் பேச்சைக் கேட்டாலே எப்படியெல்லாம் கற்பனை செய்திருக்கிறார்கள் என்பதைப் புரிந்துகொள்ள முடியும். விஷயத்தை மிகத்தெளிவாகப் புரிந்துகொள்ள அவர்கள் பேசுவதைத் தடுக்காமல், திசை திருப்பாமல் சிறு கேள்விகள் கேட்கலாம். ஆதரவான வார்த்தைகளைக் கூறி அவர்களுக்கு நம்பிக்கையூட்டலாம்.

ஆதரவான பேச்சின் மூலம் அவர்களது கவனத்தை ஈர்க்க வேண்டும். அப்போதுதான், பெற்றோர் தன்னைக் கவனித்து வருகிறார்கள், தனது நலனில் அக்கறை காட்டுகிறார்கள் என்பதை குழந்தைகள் உணர்ந்துகொள்வார்கள். இந்த எண்ணமே அவர்களை மனஅழுத்தத்தில் இருந்து வெளிக்கொண்டு வர மிகவும் உதவும்.

குழந்தைகளின் மனஅழுத்தத்திற்கான காரணத்தைக் கண்டறிந்த பிறகு நீங்கள் அதை போக்குவதற்கான செயல்களில் வெளிப்படையாக ஈடுபட வேண்டும். அவர்களுக்கு முக்கியத்துவம் தந்து செயல்படுகிறோம் என்பதை குழந்தைகளுக்குப் புரியவைக்க வேண்டும். அப்போதுதான் அவர்களுடைய ஒத்துழைப்பைப் பெற முடியும். புதிய இடங்களுக்கு அழைத்துச் செல்வது, அவர்கள் விரும்பும் பொருட்களைப் பரிசளிப்பது, புதிய விளையாட்டுக்களில் ஈடுபடுத்துவது போன்றவற்றை முயற்சி செய்து பார்க்கலாம். சுதந்திரமாகவும் பாதுகாப்பாகவும் குழந்தைகள் உணரத் தொடங்கிவிட்டால் மனஅழுத்தத்தில் இருந்து விடுபட்டு விடுவார்கள் என்பது மனநல வல்லுநர்கள் கூறும் கருத்து.

பெற்றோரின் மரணம், விவாகரத்து, எதிர்பாராத அதிர்ச்சி போன்றவற்றால் மனஅழுத்த நோய்க்கு ஆளான குழந்தைகளுக்கு நீண்டகால சிகிச்சை தேவைப்படலாம். மனஅழுத்தத்தை எப்படி வெளிப்படுத்துவது என்பதை அவர்களுக்குச் சொல்லிக் கொடுக்க வேண்டும். பெண்குழந்தைகள் அழுவதன் மூலம் மனம் லேசாகிவிடும். ஆண்குழந்தைகளுக்கும் இதை நாம் சொல்லித் தரலாம். தோல்விகளும், துயரங்களும் எல்லாருக்கும் பொதுவானது என்பதை புரியும்வகையில் எடுத்துச் சொல்ல வேண்டும். தங்களுக்குப் பிடித்த விஷயங்களை அவர்கள் செய்யும்போது, சரியாகச் செய்கிறார்களா என்பதைக் கவனித்துப் பாராட்ட வேண்டும். அவர்களுக்குப் பிடித்த உணவு வகைகளைச் சாப்பிடுமாறு ஊக்கப்படுத்த வேண்டும். எளிய உடற்பயிற்சிகள் குழந்தைகளின் மனஅழுத்தத்தைப் போக்க உதவும்.

ஒரு குறிப்பிட்ட நாட்களுக்கு மேலும் குழந்தையின் மனஅழுத்தம் குறையவில்லை என்றால் தாமதிக்காமல் குழந்தைகள் மனநல மருத்துவரின் உதவியைக் கண்டிப்பாக நாட வேண்டும். மற்றவர்களுக்குத் தெரிந்தால் குழந்தையைக் கேலி செய்வார்களோ அல்லது பைத்தியம் என்று முத்திரை குத்திவிடுவார்களோ என பயந்துகொண்டு சும்மா இருந்துவிடக் கூடாது. சரியானநேரத்தில் சரியான மருத்துவரிடம் சென்றால் நிச்சயமாக குணப்படுத்திவிடலாம். வேறு ஏதேதோ நினைத்துக்கொண்டு சும்மா இருந்துவிட்டால் குழந்தையின் எதிர்காலம் பாழாகிவிடும்.

பெற்றோரில் யாராவது ஒருவருக்கு இருக்கும் மனஅழுத்தம்கூட சில நேரங்களில் பிள்ளைகளைப் பாதிக்கும். அப்படி இருந்தால், முதலில் பெற்றோர்கள் மனஅழுத்தத்தைக் குறைக்க வேண்டும். யோகா, உடற்பயிற்சி, ஆழ்நிலை தியானம் மூலம் மனஅழுத்தத்தைக் குறைக்க முயற்சிக்கலாம். உங்கள் அலட்சியம் குழந்தையின் எதிர்காலத்தைச் சீரழித்துவிடும் என்பதை மனதில் கொண்டு செயல்பட வேண்டும்.

பிள்ளைகளின் போக்கு தவறாக இருந்தால் அவர்களுக்குப் புரியும்வகையில் பக்குவமான முறையில் எடுத்துச் சொல்லுங்கள். முக்கியமாக, நம் பிள்ளைகளை மற்றவர்கள் முன்னிலையில் குறை சொல்வதைத் தவிர்க்க வேண்டும். நமது குழந்தைகளை

மேதைகளாக ஆக்க முடியாவிட்டாலும் குடிபோதை, சிகரெட், போதைமருந்து போன்ற கெட்ட பழக்கங்களுக்கு அடிமையாகி விடாதவாறு பெற்றோர் கவனமாக வளர்க்க வேண்டும். பெரும்பாலான வீடுகளில் பிள்ளைகள் பெற்றோர்களிடம் வெளிப்படையாகப் பேசுவதே இல்லை. பெற்றோர்களும் அவர்களிடம் எதையும் கேட்பதே இல்லை. இதனால்தான் அவர்களுக்குள் அடிக்கடி பிரச்னைகள் உருவாகின்றன. குறிப்பிட்ட வயதுக்குப் பிறகு பெற்றோர்கள் தங்கள் பிள்ளைகளை நண்பர்களாக பாவித்து வளர்க்க வேண்டும். அப்போதுதான் அவர்களுக்குள் சுமூக உறவு ஏற்படும்.

குழந்தைகள் ஒருநாளைக்கு 5 மணி நேரம் தொலைக்காட்சி பார்ப்பதாக ஓர் ஆய்வு முடிவு தெரிவிக்கிறது. தொலைக்காட்சி நிகழ்ச்சிகளை அதிக நேரம் பார்ப்பதால் குழந்தைகளின் மனவளர்ச்சி குறையும் என்றும் அதில் கூறப்பட்டுள்ளது. அதிலும் இரவு வேளையில் நீண்ட நேரம் கண் விழித்து தொடர்ந்து தொலைக்காட்சியைப் பார்க்கும் குழந்தைகள் மனதளவில் பாதிக்கப்படுவதாக கூறுகிறார்கள். வெளியே சென்று விளையாடுவதை மறந்து, வீட்டில் உட்கார்ந்து தொடர்ந்து தொலைக்காட்சி பார்ப்பது, வீடியோ கேம் விளையாடுவது, என சில குழந்தைகள் அடிமைகளைப்போல ஆகிவிடுகிறார்கள். இதனால் குழந்தைகளின் மனஅழுத்தம் அதிகரித்து ஞாபக சக்தி குறைந்து போய் விடுகிறது. கற்பனை சக்தி இல்லாமல், மந்தமான மூளையுடன் வளர்வதற்கும் இது காரணமாகிவிடுகிறது.

வக்ர உணர்வுகள் மற்றும் பயங்கரவாதக் காட்சிகள் நிறைந்த திரைப்படங்கள் மற்றும் தொடர்கள் தொலைக்காட்சியை ஆக்கிரமித் திருப்பதால், இயற்கையிலேயே குழந்தைகள் அதைப் பார்த்துவிட்டு அதேபோல செய்ய ஆரம்பிக்கிறார்கள். பெரும்பாலான விளம்பரங் களும் குழந்தைகளைக் குறிவைத்தே உருவாக்கப்படுகின்றன. தொலைக்காட்சிகளில் ஒளிபரப்பான ஒரு விளம்பரத்தை நம்பி சில ஆண்டுகளுக்கு முன்பு மொட்டைமாடியிலிருந்து கயிற்றைக் கட்டிக்கொண்டு பறக்க முயன்ற ஒரு சிறுவன் சாலையில் விழுந்து மண்டை சிதறி உயிரிழந்த நிகழ்வை யாரும் மறந்திருக்க முடியாது. தொலைக்காட்சி தொடர்களில் வந்த சக்திமான், ஸ்பைடர்மேன் போன்ற கதாபாத்திரங்கள் செய்யும் சாகசங்களால் ஈர்க்கப்பட்டு, அவர்கள் வந்து தம்மை காப்பாற்றுவார்கள் என்று நம்பி சாகசங்களில்

ஈடுபட்டு சிறுவர்கள் உயிரைப் பறிகொடுத்த சம்பவங்களும் உண்டு. குறிப்பிட்ட பொருட்களைப் பிரபலப்படுத்துவதற்காக செய்யப்பட்ட இந்த அதீத விளம்பரங்கள்தானே சிறுவர்களுக்கு தவறான நம்பிக்கையை ஊட்டின.

தொலைக்காட்சிகள் யாவும் கேளிக்கைக்காகவே என்பதை மறந்துவிடக் கூடாது. குழந்தைகள் இக்காட்சிகளை உண்மையென நம்புவதால், தொலைக்காட்சியில் வரும் திரையுலக பிரபலங்களின் தனிப்பழக்கங்களை குழந்தைகளும் செய்து பழகுவார்கள். பாடல்களை புத்தக செய்யுளைப் பாடுவதற்கு பதில் சினிமா பாட்டை அதிகம் பாடுவார்கள். இது அவர்களின் உடல் மற்றும் மனவளர்ச்சிக்கான செயல்களை மட்டந்தட்டிவிடும் என்பதை பெற்றோர்கள் உணர வேண்டும். இந்த விசயத்தில் குழந்தைகளுக்கு பெற்றோர்கள் முன் உதாரணமாக இருந்து கட்டுப்பாட்டைக் கற்றுத் தரவேண்டும். தொலைக்காட்சி பார்ப்பது படிப்பை எப்படி பாதிக்கும் என்பதையும் கண்களுக்கு கேடு விளைவிக்கும் என்பதையும் எடுத்துச் சொல்ல வேண்டும்.

குழந்தைகள் புத்தகங்களைப் படிக்கப் பழக்க வேண்டும். குறிப்பாக கற்பனையான, நகைச்சுவையான கதைகள் அவர்கள் மனதில் நீங்கா இடம்பெறும். நீதி போதனைக் கதைகள் கற்பனை சக்தியை மேம்படுத்தும். புத்தகம் படிப்பதைப்போல ஓடி ஆடி விளையாடுவதும் குழந்தைகளின் வளர்ச்சிக்கு மிக முக்கியம். விளையாடும்போது குழந்தைகள் ஒருவருக்கொருவர் சண்டைபோடு வார்கள். ஆனால் சீக்கிரம் அதை மறந்து ஒன்றாகிவிடுவார்கள். அங்குதான் ஒருவரையொருவர் நன்கு புரிந்துகொள்ளும் வாய்ப்பு அவர்களுக்குக் கிடைக்கிறது.

இந்தியாவில் 13 முதல் 15 வயதுக்குட்பட்ட பிரிவில் நான்கில் ஒருபங்கு சிறுவர்-சிறுமியர் மனஅழுத்தத்தால் பாதிக்கப்பட்டுள்ளதாக அண்மையில் நடத்தப்பட்ட ஆய்வு முடிவுகள் தெரிவிக்கின்றன. நாட்டின் வருங்கால தூண்களான குழந்தைகளை மனஅழுத்தத்தில் இருந்து மீட்டு வெளியே கொண்டு வரும் முயற்சியில் சென்னையைச் சேர்ந்த தொண்டு நிறுவனம் ஒன்று ஈடுபட்டுள்ளது. மனஅழுத்த நோயால் பாதிக்கப்பட்டுள்ள லட்சக்கணக்கான குழந்தைகளின் மகிழ்ச்சிக்கு உதவும் வகையில் இதற்கான புதிய திட்டத்தைக்

குடியரசுத் தலைவராக இருந்தபோது பிரணாப் முகர்ஜி தொடங்கி வைத்துள்ளார்.

மாணவர்களின் கற்றல் திறன் குறைய உளவியல் பிரச்னைகளும் ஒரு காரணம் என்பதை ஆய்வின் மூலம் கல்வித்துறை கண்டறிந்துள்ளது. எனவே, உளவியல் சிக்கல்களில் இருந்து மாணவர்களை மீட்க வேண்டும்.

ஒரு சில அரசுப்பள்ளி மாணவர்களின் பெற்றோர் பெரும்பாலும் தினக்கூலி அடிப்படையிலான உடலுழைப்புத் தெழிலாளர்களாக உள்ளனர். அதனால் குழந்தைகளை கவனிப்பதில் சிரமம் உள்ளது. சில குடும்பத் தலைவர்கள் மதுப்பழக்கத்துக்கு அடிமையானவர்களாக இருப்பதால் குடும்பத்தில் சண்டை சச்சரவுகள் நடப்பதும் இதனால் குழந்தைகளின் கல்வித்திறன் பாதிக்கப்படுவதும் உண்டு. பெற்றோர் இல்லாதவர்களாக, தந்தையை பிரிந்த தாயுடன் வசிப்பவர்களாக உள்ள குழந்தைகளுக்கும், அக்கம் பக்கத்தினரால் பாலியல் சீண்டலுக்கு உள்ளானவர்களுக்கும் இதே பாதிப்பு உண்டு. இதுபோன்ற பல்வேறு காரணங்களால் குழந்தைகள் மனஅழுத்தத்துக்கு உள்ளாகின்றனர். அவர்களுக்கு கற்பதில் கவனம் சிதறுகிறது.

தங்களுக்கான பிரச்னைகளை பெற்றோரிடம் குழந்தைகளால் மனம்விட்டுப் பேச முடிவதில்லை. இதனால் மனஅழுத்தத்துக்கு உள்ளாகி படிப்பதில் நாட்டம் குறைகிறது. இத்தகைய மாணவர்களிடம் மனம்விட்டுப் பேசி பிரச்னைக்கான காரணங்களைக் கண்டறிந்து, அதிலிருந்து அவர்களை மீட்டு, அவர்களின் கற்கும் திறனை மேம்படுத்த வேண்டியது ஆசிரியர்களுக்கு கூடுதல் பெறுப்புதான்.

புறச்சூழலால் மனஅழுத்தத்துக்கு உள்ளான மாணவர்களை மீட்க ஆசிரியர்கள் உளவியல் ஆலோசகர்களாக செயல்பட வேண்டியதும் அவசியமாகிறது. இதற்காக ஆசிரியர்களுக்கு தனிப் பயிற்சி அளிக்கப்பட வேண்டும்.

* * *

# 7

## ஒத்துப் போவதில் குறைபாடு

இன்றைய காலத்தில் இரண்டரை அல்லது மூன்று வயதிலேயே குழந்தைகளைப் பள்ளிக்கு அனுப்பத் தொடங்கிவிடுகிறார்கள். இதற்கு இரண்டு காரணங்கள் உண்டு. ஒன்று, உலகத்தோடு ஒத்துப் போய் விடுவோம் என்ற மனநிலை. அதாவது, இந்தக் காலத்தில் எல்லாருமே குழந்தைகளுக்கு இரண்டரை வயது ஆனதும் பிளே ஸ்கூல், பிரீ.கே.ஜி., எல்.கே.ஜி., யூ.கே.ஜி., என ஏதாவது ஒரு வகுப்பில் சேர்த்து விடுகிறார்கள். அக்கம் பக்கத்துப் பிள்ளைகள் பள்ளிக்குப் போகும்போது நம் பிள்ளை மட்டும் ஏன் பின் தங்க வேண்டும் என்ற எண்ணத்தில், விருப்பம் இல்லாவிட்டாலும்கூட நம் குழந்தைகளைப் பள்ளிக்கு அனுப்ப வேண்டிய கட்டாயத்திற்கு ஆளாகிவிடுகிறோம்.

தாய்தந்தை இரண்டு பேருமே வேலைக்குச் செல்ல வேண்டிய கட்டாயத்தில் உள்ள இன்றைய நிலையில், வீட்டில் இருந்து குழந்தையைக் கவனித்துக் கொள்ள ஆள் இல்லாதது இரண்டாவது காரணம். எப்படி இருந்தாலும் இரண்டரை வயதுக்கு மேல் குழந்தைகளைப் பள்ளிக்கூடத்திற்கு அனுப்புவது என்பது கட்டாயமாகிவிட்டது. அதில் தவறில்லை என்றாலும், பள்ளிக்கு அனுப்பிவிட்டால் போதும், தங்கள் கடமை

முடிந்துவிட்டது என்று பெற்றோர் நினைக்கக் கூடாது. அப்படி அனுப்பும் தங்கள் குழந்தைகளுக்கு நல்லனவற்றைச் சொல்லிக் கொடுத்து அனுப்ப வேண்டும். வேண்டியது கிடைக்காவிட்டால் அடம்பிடிக்கும் குழந்தைகளின் செயலை மாற்ற பெற்றோர்கள் முயற்சிக்க வேண்டும். அதை விடுத்து குழந்தைகளுக்கு அதிக செல்லம் கொடுத்துக் கேட்ட தையெல்லாம் கேட்ட நேரத்தில் வாங்கிக் கொடுத்துவிட்டு, அதேபோல பள்ளிக்கூடத்திலும் தன் குழந்தைக்குக் கேட்டதெல்லாம் கிடைக்க வேண்டும் என எதிர்பார்க்க கூடாது. அப்படிச் செய்வது குழந்தைகளின் எதிர்காலத்தை நாமே சீரழிப்பது போல் ஆகிவிடும்.

புகழ்பெற்ற ஒரு தனியார் பள்ளியில் நான் பணியாற்றிய போது, சக ஆசிரியை ஒருவரின் வகுப்பில் நிகழ்ந்த அனுபவமே இதற்கு ஒரு சிறந்த எடுத்துக்காட்டு. அந்தப் பள்ளியில் ஒன்றாம் வகுப்பில் படித்துக் கொண்டிருந்த ஒரு குழந்தை திடீரென ஒருநாள் பள்ளிக்கூடம் போக மாட்டேன் எனக் கூறி பெற்றோரிடம் அடம் பிடித்திருக்கிறது. என்ன ஏது என்று விசாரித்துப் பார்த்தும் அவர்களால் ஒன்றும் கண்டு பிடிக்க முடிய வில்லை. மறுநாள் பள்ளிக்கூடத்திற்கு வந்த பெற்றோர், சம்மந்தப்பட்ட வகுப்பு ஆசிரியரிடம் பேசிப் பார்த்தும் என்ன காரணம் என கண்டு பிடிக்க முடியவில்லை. அந்த ஆசிரியை உட்பட யாருக்குமே என்ன காரணம் என்று புரிந்துகொள்ள முடியவில்லை.

பொதுவாக பள்ளி செல்ல விருப்பமில்லாத குழந்தைகள், எல்லா நாடுகளிலும் உண்டு. குழந்தைகள் புதிதாக பள்ளிக்குச் செல்லும் போதும், நன்றாகச் சென்றுகொண்டிருக்கும்போதும் கொஞ்சம் கொஞ்சமாக அந்த மன நிலைக்கு மாறலாம். பெரும்பாலான குழந்தைகள் அழுதோ, முரண்டு பிடித்தோ, மவுனம் சாதித்தோ தங்கள் மறுப்பை நேரடியாகத் தெரிவிப்பர். செல்லமாக வளர்ந்த குழந்தைகள் அழுது ஆர்ப்பாட்டம் செய்து முரண்டு பிடிப்பர். பயந்த சுபாவமுள்ளவர்கள் கவலை படர்ந்த முகத்தோடு காட்சியளிப்பர். சில குழந்தைகள் உடல் உபாதைகளை வெளிப்படுத்துவர். பெரும்பாலும் அவை தலைவலி, வயிற்றுவலி, வாந்தி போன்ற தொந்தரவுகளாகவே இருக்கும். அக்குழந்தைகள் வேண்டுமென்றே நடிக்கலாம், அல்லது அவர்களை அறியாமலே அவர்கள் மனதில் ஏற்படும் பயம் காரணமாக இருக்கலாம். தமிழ் மீடியத்தில் இருந்து

ஆங்கில மீடியத்தில் மாறும்போதோ கிராமங்களில் இருந்து நகர்ப்புற பள்ளிக்கு மாறும்போதோ பிரச்னை ஏற்படும் வாய்ப்பு உண்டு. நல்ல காற்றோட்டம், வெளிச்சம் உள்ள வீடுகளில் வளர்ந்த குழந்தைகள், இவைபோதுமான அளவில் கிடைக்காத பள்ளி அறைகளை வெறுக்கவும் கூடும். ஆனால், இந்தக் குழந்தைக்கு என்ன காரணம் என்றே கண்டு பிடிக்க முடியவில்லை.

கடைசியில்,வேறு வழியில்லாமல் யாரோ ஒருவர் கூறிய ஆலோசனையின்படி அந்தக் குழந்தையை மனநல மருத்துவரிடம் அழைத்துச் சென்றனர். அவரும் அந்தக் குழந்தையுடன் தொடர்ச்சியாக சில நாள்கள் பேசி ஒரு வழியாகக் காரணத்தைக் கண்டுபிடித்துத் தெரிவித்தார். அதாவது அந்த குழந்தைக்கு 'அட்ஜஸ்ட்மெண்ட் டிஸ்ஆர்டர்' (Adjustment Disorder) இருப்பதாகக் கூறியிருக்கிறார். அதாவது 'பிறருடன் ஒத்துப் போவதில் குறைபாடு' என்று பொருள். 'ஒரு குழந்தை, கேட்ட நேரத்தில் கேட்டதையெல்லாம் வாங்கிக் கொடுத்து பழக்கப் படுத்துவதால் இதுபோன்ற பிரச்னை ஏற்படும்...' என்று கூறிய அந்த மருத்துவர், 'அந்தக் குழந்தைக்கு வகுப்பறையில் முன்னுரிமை கொடுக்கச் சொல்லுங்கள்' என்று கூறியிருக்கிறார்.

பள்ளிக்கூடத்தில் கேட்டது கிடைக்காததால் வகுப்புக்குச் செல்ல குழந்தைக்குப் பிடிக்கவில்லை என்றும், அந்தக் குழந்தைக்கு முன்னுரிமை கொடுத்து வகுப்புத் தலைவனாக (Class Leader) அறிவித்து ஊக்கப்படுத்தினால் பள்ளி செல்ல அடம் பிடிக்காது என்று கூறியிருக்கிறார் மருத்துவர். மருத்துவர் கூறியதுபோல, அந்தக் குழந்தையை வகுப்புத் தலைவனாக அறிவித்த பிறகு அடம் பிடிக்காமல் பள்ளிக்கு வரத் தொடங்கியது.

தனிப்பட்ட ஒரு குழந்தை விசயத்தில் இது சரியாகிவிட்டது என்றாலும் இது எப்படிச் சரியாக இருக்க முடியும். நாம் கேட்டதெல்லாம் கிடைக்க வேண்டும், இல்லாவிட்டால் அடம் பிடித்தாவது சாதித்துவிடலாம் என்ற மனநிலையைத்தானே ஏற்படுத்தும். அந்தக் குழந்தையைப் பார்த்து நாமும் அடம் பிடித்து சாதித்துக் கொள்ளலாம் என்று மற்றொரு குழந்தை நினைத்தால் என்ன செய்வது? இந்த மன நிலையோடு வளரும் குழந்தை எதிர்காலத்தில் கேட்டது ஏதாவது கிடைக்காவிட்டால் என்ன செய்யும்?

பொருளாதார ரீதியாக பிரச்னை இல்லாதவர்கள் கேட்டதையெல்லாம் வாங்கிக் கொடுத்து வளர்ப்பதில் தவறில்லை.

ஆனால், விரும்பியது எல்லாமே உடனே கிடைத்துவிடாது என்பதையும் குழந்தைப் பருவத்திலிருந்தே பழக்கப்படுத்த வேண்டும். எதற்காகவும் அடம் பிடிக்கக் கூடாது என்பதை சொல்லிக்கொடுக்க வேண்டும். முதன்முதலில் பள்ளிக்குச் செல்ல ஆரம்பிக்கும்போது, தாயைப் பிரியும் ஏக்கம், புது சூழ்நிலை போன்ற விசயங்களால் குழந்தை பள்ளி செல்ல மறுப்பது இயல்பு. இதைத் தவிர்க்க பள்ளி ஆரம்பிக்கும் முன்னரே பள்ளிக்கு செல்வதால் ஏற்படும் நன்மைகளையும், அதன் சுவாரஸ்யங்களையும் பிஞ்சு மனதில் குதூகலத்தை ஏற்படுத்தும் விதமாகச் சொல்லவேண்டும். அச்சுறுத்தும் வார்த்தைகளை விளையாட்டாகக்கூட சொல்லக்கூடாது.

வீட்டில் குறும்பு செய்கிற குழந்தையிடம், நாளை உன்னை ஸ்கூலில் சேர்த்துவிடுவேன் என்று மிரட்டக் கூடாது. அப்படிச் செய்வதும் குழந்தையின் மனதில் பள்ளியைப் பற்றி ஓர் அச்சத்தையே ஏற்படுத்தும். பள்ளிக்கூடம் என்பது தண்டனைக்குரிய ஓர் இடம் என்ற எண்ணத்தைக் குழந்தைகள் மனதில் ஒருபோதும் விதைக்கக் கூடாது.

அன்பு, பாசம், சுதந்திரம், செல்லம் என சுற்றிச்சுற்றி வந்த வீட்டில் இருந்து கட்டுப்பாடு, கண்டிப்பு மிகுந்த பள்ளிக்கூடம் என்ற இடத்திற்குச் செல்லும்போது அந்த இடத்தின் மீது விருப்பமின்மைதான் குழந்தை மனதில் உருவாகும். அதனால்தான் சில நாட்களுக்கு பள்ளிக்கூடங்களில் பாடம் எதுவும் நடத்தாமல் ஜாலியாக வகுப்பறையைக் கொண்டு செல்வார்கள். ஆனால், அதையே எத்தனை நாட்களுக்குத் தொடர முடியும். பெற்றோர்களும் வீட்டில் இருக்கும்போது பள்ளிக்கூடத்தைப் பற்றி நேர்மறையாக எடுத்துச் சொல்ல வேண்டும்.

✳ ✳ ✳

# 8

## பிள்ளைகளை அடிக்காமல் வளர்ப்பது எப்படி?

**போ**துவாக குழந்தைகள் எல்லாவற்றையும் பரிசோதித்துப் பார்க்க விரும்புவார்கள். அனுபவத்தில் முதிர்ந்த, பெற்றவர்களான நாம்தான் எது சரி, எது தவறு என்று சொல்லிக் கொடுக்க வேண்டும்.

நாம் சந்தோஷமாக இருக்கும்போது குழந்தை என்ன செய்தாலும் சிரித்துக்கொண்டே ஏற்றுக்கொள்ளும் நாம், வேறு மனநிலையில் இருக்கும்போது குழந்தை சாதாரணமான ஒரு செயலைச் செய்தால்கூட அதை அடித்து, மிரட்டி கண்டபடி திட்டுகிறோம். குழந்தையின் குறும்பு என்பது, நம் மனநிலை எப்படி இருக்கிறது என்பதைப் பொறுத்தே அமைகிறது. குழந்தைகள் தவறு செய்தால் அவர்களைக் கண்டிக்க வேண்டுமே தவிர தண்டிக்கக் கூடாது.

குழந்தைகளிடம் கண்டிப்பு காட்டுவதில் தவறில்லை. கண்டிப்பு என்பது, இந்தச் செயல் எனக்குப் பிடிக்கவில்லை என்பதை உணர்த்துவது. ஒவ்வொரு குழந்தைக்கும் ஒவ்வொரு விதமான உளவியல் உண்டு. முதலில் பெற்றோர்கள் அதைப் புரிந்துகொள்ள வேண்டும். சில குழந்தைகள், 'நான் உன் கூட பேசமாட்டேன்' என்று சொன்னாலே

தங்களது தவறுகளைத் திருத்திக்கொள்ளும். நம்முடைய பொறுமையின்மை, நேரமின்மை போன்றவற்றை குழந்தைகள் மீது திருப்பக் கூடாது. அதற்காக அவர்களை அடிப்பதும், மனரீதியாக தண்டிப்பதும்கூட குழந்தைகள் உரிமை மீறல்தான். மனிதனாகப் பிறந்த ஒவ்வொருவருக்கும் உரிமை உண்டு. இன்றைய குழந்தை நாளைய மனிதனல்லவா?

குழந்தைகள் உங்களின் உடமைப் பொருள் அல்ல. அவர்கள் உங்களிடமிருந்து வந்திருக்கலாம். ஆனால், உங்களுடையவர்கள் அல்ல. அவர்கள் இயற்கையின் வெளிப்பாடு. உங்கள் எதிர்பார்ப்புகளை, விருப்பங்களை, எண்ணங்களை, அவர்கள் மீது திணிக்காதீர்கள் என்று கவிஞர் கலீல் ஜிப்ரான் கூறியிருக்கிறார்.

பெரியவர்கள் வேண்டுமானால் குழந்தைகளைப்போல இருக்கலாம். ஆனால் பெரியவர்களைப்போல குழந்தைகள் இருக்க வேண்டும் என்று எதிர்பார்ப்பது எப்படி சரியாக இருக்க முடியும்? குழந்தைகளைப் பெற்றெடுத்த தாய்-தந்தை நாம்தான் என்றாலும், அவர்கள் நமது அடிமைகள் அல்ல. அவர்களை வன்முறைக்குள்ளாக்கக் கூடாது. நட்பாகப் பழகுவதன் மூலம் நல்லொழுக்கங்களைக் கற்றுக்கொள்ளச் செய்தால், குழந்தைகள் வளர்ந்த பிறகும் நம்மை மறக்க மாட்டார்கள். நாம் என்ன சொல்லிக் கொடுக்கிறோமோ அதைத்தானே குழந்தைகள் செய்வார்கள். அதனால், பக்குவமாய் சொல்லிக்கொடுத்துப் பேசி வளர்க்க வேண்டும்.

ஒரு குழந்தை, ஒரு செயலை ஆர்வமாகச் செய்கிறது என்றால், அது நல்ல விஷயமாக இருந்தால் அதனை ஊக்கப்படுத்தி அந்த செயலைச் சரியாகச் செய்ய வழிகாட்ட வேண்டும். மாறாக அதன் தலையில் தட்டி ‘அதிகப்பிரசங்கி’ என்று மூலையில் உட்கார வைத்துவிடக்கூடாது. அப்படி தண்டிப்பதால், அவர்கள் ஒருவித எதிர்மறையான எண்ணங்களை ஏற்படுத்திக்கொண்டு, மறைமுகமான தீய பழக்கங்களுக்கு ஆட்பட்டுவிடுவார்கள். குழந்தைகள் தவறு செய்தால், அன்பான கண்டிப்புடன் எளிய முறையில் அவர்களுக்கு புரியவைப்பதுதான் நல்லது. தண்டிப்பது கூடாது.

ஆனால், பல குழந்தைகள் சின்னச்சின்ன தவறுகளுக்குக்கூட அடி வாங்குகிறார்கள். அப்படி அடிக்கும் பெற்றோர்களை

ஆராய்ந்தால் அதற்கு இரண்டு காரணங்கள்தான் இருக்கும். அவர்கள் வளர்ந்தபோது பெற்றோரிடம் இப்படி அடிவாங்கியதாகச் சொல்வார்கள். குழந்தைகளை நல்லபடியாக வளர்க்க இதுமட்டும்தான் வழி என்று சொல்வார்கள். சிறுவயதில் நீங்கள் அடி வாங்கியபோது, அதை விரும்பினீர்களா? அப்போது உங்கள் உணர்வுகள் எப்படி இருந்தன? என்ற கேள்விகளுக்கு விடையைத் தேடினால் அடிப்பதைப் பற்றி நினைத்துக்கூட பார்க்க மாட்டார்கள்.

இரண்டாவது காரணம் பதற்றமும் கையாலாகாத உணர்வும். தங்கள் குழந்தையின் செயல்திறனை எண்ணி பதற்றம். அதைத் தங்களால் கட்டுப்படுத்த முடியவில்லையே என்றெண்ணி கையாலாகாத உணர்வு. அக்கம் பக்கத்தினர் தங்கள் குழந்தையை எப்படிப் பார்ப்பார்களோ என்றெண்ணி பதற்றம். குழந்தைகளை வளர்க்கவேண்டுமென்றால், அவர்களை அவ்வப்போது அடிக்கத்தான் வேண்டும் என்று பலர் எண்ணுகிறார்கள். சில பெற்றோர், குழந்தைகளிடம் கண்டிப்பாக நடந்துகொள்ள வேண்டும், குழந்தைகள் தங்களைப் பார்த்துப் பயப்படவேண்டும் என்று கருதுகிறார்கள். ஆனால், உண்மை அதுவல்ல. பெற்றோர் தங்கள் குழந்தையைப் போட்டு அடிக்கிறார்கள் என்றால், அந்தக் குழந்தை தன் பெற்றோர் மீது நம்பிக்கையிழக்கத் தொடங்கிவிடும். அதுவே தொடரும்போது, பெற்றோரிடமிருந்து குழந்தைகள் விலகத்தொடங்கி விடுவார்கள். தாங்கள் விரும்புவதைச் செய்வார்கள் ஆனால், அதைப் பெற்றோரிடமிருந்து மறைத்துவிடுவார்கள். பெற்றோருக்குத் தெரியாமல் 'தவறு' செய்யலாம் என்று அவர்களுக்கு இயல்பாகத் தோன்றும். வீட்டில் அடி வாங்கும் குழந்தை பள்ளியில் பிறரை அடிக்கலாம். வீட்டில் கிடைக்காத ஆற்றல் இங்கேயாவது கிடைக்கிறதே என்று எண்ணலாம்.

குழந்தைகளை வழிக்குக் கொண்டு வர வேண்டும் என்பதற்காக அவர்களை அடிப்பது என்பது ஒரு வழியே கிடையாது. இன்னும் சொல்லப்போனால் இருப்பதிலேயே மிகவும் மோசமான வழி இதுதான். இதன்மூலம் பெற்றோர்களே தங்கள் பிள்ளைகளுக்கு வன்முறையைச் சொல்லிக் கொடுப்பவர்களாக இருக்கிறார்கள்

※ ※ ※

# 9

## பெண்குழந்தைகள் பாதுகாப்பு

**ஆறாம் வகுப்பு படிக்கும் சிறுமியிடம் சில்மிஷம் செய்த ஆசிரியருக்கு அடி உதை!**

**5 வயது சிறுமியைப் பாலியல் வன்கொடுமை செய்த இளைஞர் கைது!**

குழந்தைகள், பாலியல் வன்கொடுமைக்கு ஆளான ஏராளமான செய்திகள் அன்றாடம் செய்தித்தாள்களில் வருகின்றன. ஆனால், ஊடகங்களில் வராத தகவல்கள் ஏராளம். பச்சாதாபம் கருதியும், இத்தகையச் செய்திகளை தொடர்ச்சியாக வெளியிட்டால் அதுவே சமுதாயத்தில் இதுபோன்ற செயல்கள் அதிகரிக்கக் காரணமாகிவிடுமோ என்ற அச்சத்திலும்கூட ஊடகங்கள் குழந்தைகளுக்கு எதிரான பாலியல் வன்கொடுமை செய்திகளைத் தவிர்க்கின்றன, அல்லது உண்மைப் பெயர்களை மாற்றியும் முகங்களை மறைத்தும் செய்திகளை வெளியிடுகின்றன!

பச்சிளம் குழந்தைகள் பாலியல் வன்முறைக்கு ஆளாகிறார்கள் என்பதை நம்மால் கற்பனை செய்துகூட பார்க்க முடியவில்லையே. பிறகெப்படி கயவர்கள் இந்த செயல்களில் ஈடுபடுகிறார்கள். அதற்கான துணிச்சல் அவர்களுக்கு எப்படி வருகிறது. குடிபோதை, காமவெறி

என்று ஒரு பக்கம் காரணங்களைப் பட்டியல் போட்டாலும், மறுபக்கம் வேறு சில காரணங்களும் இருப்பதை மறுப்பதற்கில்லை. இது போன்ற செய்திகள், தகவல்களை கேள்விப்படும் போது அதைப் பற்றி எப்படிச் சிந்திப்பது என்பதற்கே தனிப்பயிற்சி வேண்டும்.

நம் நாட்டில் கிட்டத்தட்ட 40 சதவீதம் குழந்தைகள் பாலியல் வன்முறைக்கு ஆளாகிறார்கள் என்ற கசப்பான உண்மை நம்மை உலுக்கத்தான் செய்கிறது. 6 முதல் 13 வயதுக்குட்பட்ட குழந்தைகள்தான் அதிக வன்கொடுமைக்கு உள்ளாக்கப்படுகிறார்கள். இதற்கு மிக முக்கிய காரணம் அவர்களின் அறியாமையை பயன்படுத்திக்கொள்ள காமுகர்கள் நினைப்பதுதான். இதில், கிட்டத்தட்ட 80 சதவீத குழந்தைகள் தங்களுக்கு நேர்ந்த கொடுமையை வெளியே சொல்ல அச்சப்படுகிறார்கள், அல்லது என்ன நேர்ந்தது என்றே தெரியாத பிஞ்சுக் குழந்தைகளாக இருக்கிறார்கள். பெண்குழந்தைகளுக்கு இணையாக ஆண் குழந்தைகளும் இந்தக் கொடுமைக்கு ஆளாகிறார்கள் என்கின்றன புள்ளி விவரங்கள். ஆனால், இவையெல்லாம் இன்றைய சமூகத்துக்கு தெரிந்த விவகாரங்களில் மிகச் சொற்பமானவற்றின் மீதே நடவடிக்கைகள் எடுக்கப்படுகின்றன. இந்த வன்முறைகளுக்கு உள்ளாகும் குழந்தைகள் அந்தச் சம்பவங்களைப் பற்றி தங்கள் பெற்றோரிடம்கூட கூறமுடியாத அளவிற்கு இன்றைக்கும் சமூகச் சூழல் இருக்கிறது.

ஒரு தனியார் பள்ளிக்கூட வாசலில் 6 வயது சிறுமி அழுதபடியே நிற்கிறாள். தன்னுடைய குழந்தையை அழைக்க வந்த மற்றொரு சிறுமியின் தந்தை அந்தச் சிறுமியைப் பார்த்து ‘ஏம்மா அழுகிறாய்’ என்று கேட்டிருக்கிறார். ‘ஆட்டோ டிரைவர் என்னை முத்தமிடுவது போல் கன்னம், கை, கால்களில் கடிக்கிறார்’ என்று அழுதவாறே சொல்கிறாள் சிறுமி. உடனே அந்தச் சிறுமியின் பெற்றோருக்கு போன் போட்டு தகவல் தெரிவிக்கிறார். வீட்டில் போனை எடுத்தவர்கள், ‘அவ எப்பவுமே அப்படித்தான், அவள நாலு சாத்து சாத்தி ஆட்டோல ஏத்தி வுடுங்க!’ என்று அலட்சியமாகச் சொல்லி யிருக்கிறார்கள்.

பெற்றோர்கள் அல்லது நெருங்கிய உறவினர்களே இப்படிப் புறக்கணித்தால் அந்தச் சிறுமிக்கு சரியான தொடுதல் எது,

தவறான தொடுதல் எது (Good touch, Bad touch) என்பது பற்றி சொல்லிக் கொடுத்தும் பயன் என்ன? இவற்றைப் பற்றி வீடுகளில் விரிவாகப் பேசுகிற, விவாதிக்கிற சூழல் நம் சமுதாயத்தில் இன்னும் முழுமையாக வரவில்லை. குழந்தைகளே அதைப் பற்றி புரிந்துகொண்டு புகார் செய்தாலும்கூட, அதைப் பெரிதுபடுத்த வேண்டாம் என்றோ, வெளியில் சொல்ல வேண்டாம் என்றோ நினைக்கும் பெற்றோர்கள்தான் அதிகம். அதிகபட்சம் சம்மந்தப்பட்ட நபரை அந்தக் குழந்தை மீண்டும் சந்திக்க முடியாத சந்தர்ப்பத்தை எப்படி ஏற்படுத்தலாம் என்றுதான் யோசிக்கிறார்களே தவிர, அந்த நபரை துணிச்சலாக தண்டிக்கவோ அல்லது காவல்துறையில் புகார் அளிக்கவோ யாரும் முன்வருவதில்லை. அப்படி ஒரு சூழ்நிலை வராதவரை இது போன்ற வக்கிர புத்திக்காரர்கள் திருந்தப் போவதுமில்லை.

பாலியல் வன்முறைகளுக்கு உள்ளாக்கப்பட்ட குழந்தைகள் உடல்ரீதியாகவும், மனரீதியாகவும் அனுபவிக்கும் வேதனை சொல்லி மாளாது. இந்த ஆறாத நினைவுகள் நாளடைவில் அவர்களது பண்புகளையே பாதிக்கலாம்.

பெற்றோர்கள் குழந்தைகளைப் புரிந்துகொண்டு அவர்களுக்கு ஆதரவாக இருப்பது ஒன்றுதான் இதற்குத் தீர்வு. காரணம், சட்டப்படியாக மட்டுமே இதற்குத் தீர்வு காண்பது கடினம். மனமாற்றமும் அவசியம். மனமாற்றம் என்பது பெற்றோர்களிடமும் வேண்டும், குற்றவாளிகளிடமும் ஏற்பட வேண்டும். எல்லாவற்றையும் அமைதியாக வேடிக்கை பார்த்துச் செல்லும் சமூகத்திடமும் மனமாற்றம் வேண்டும். அதற்கு சமுதாயச் சிந்தனை மாற வேண்டும். தன்னுடைய குழந்தையின் எதிர்காலம் பாதிக்கப்பட்டு விடக்கூடாது என்கிற அச்சம் காரணமாக இவற்றை மூடி மறைத்து விடலாம் என்ற மன ஓட்டத்தை பெற்றோர்கள் மாற்றிக்கொள்ள வேண்டும். தன்னுடைய குழந்தையிடம் இதுபோல் யாராவது பாலியல் தொந்தரவு செய்தால் தாங்கிக் கொள்ள முடியுமா என்பதை காமுகர்கள் சிந்தித்துப் பார்க்க வேண்டும். இதுபோன்ற நிகழ்வுகளை பார்க்கும் போதோ அல்லது குற்றவாளிகளை பார்க்கும் போதோ நமக்கென்ன என்று ஒதுங்கிச் செல்லாமல், எதிர்த்து கேள்வி கேட்கும் மனப்பான்மையை சமுதாயத்தின் அங்கமாகத் திகழும் ஒவ்வொருவரும் ஏற்படுத்திக்கொள்ள வேண்டும்.

பல நேரங்களில் நீதிமன்றங்களில் சட்டப்படி தீர்ப்பு கிடைக்குமே தவிர நீதி கிடைக்கும் என்று உத்தரவாதமாகச் சொல்ல முடியாது. மேலும், பாதிக்கப்பட்ட குழந்தைகளை நீதிமன்றங்களுக்கு வரவழைத்து விசாரிப்பது என்பது வேறு பல விளைவுகளையும் ஏற்படுத்தும். குழந்தைகளை மனரீதியாக பாதிக்கவும் செய்யும். எனவே, தனிப்பட்ட முறையில் மட்டுமே பாதிக்கப்பட்ட குழுந்தைகளை விசாரிக்க வேண்டும். சிறார் வன்கொடுமை வழக்குகள் நம் நாட்டில் சராசரியாக 5 ஆண்டுகள் முதல் 8 ஆண்டுகள் வரை நடக்கின்றன. 10 வயதில் வன்கொடுமைக்கு ஆளாகும் சிறுமிக்கு 15 அல்லது 18 வயதில்தான் நீதிமன்றத் தீர்ப்பு கிடைக்கும்.

தாய் தந்தை இருவரும் வேலைக்குச் செல்லும் வீட்டில் உள்ள குழந்தைகளுக்கும், சமூகத்தில் விளிம்பு நிலையில் உள்ளவர்களின் வீட்டுக் குழந்தைகளுக்கும் இதுபோன்ற கொடுமைகள் அதிகம் நடக்கின்றன. இதிலிருந்து குழந்தைகளைக் காப்பாற்ற அரசு எடுக்கும் நடவடிக்கைகள் ஒரு புறம் இருக்க பெற்றோர், உறவினர், நண்பர்கள் என பொதுமக்களாகிய நாமும் சில நடவடிக்கைகளை எடுக்க வேண்டும். நம்பிக்கைக்குரியவர்களைத் தவிர வேறு யாரிடமும் குழந்தைகளைத் தனியாக விட்டுச் செல்வதைத் தவிர்க்க வேண்டும். பாதிக்கப்பட்ட குழந்தைகளை மருத்துவ ரீதியாக அணுக வேண்டும். குழந்தைகளின் புகார்களை உதாசீனப்படுத்தவோ, அலட்சியப்படுத்தவோ கூடாது.

குழந்தைகள் பாதுகாப்புக்கு என ஏற்கெனவே நடைமுறையில் உள்ள விசயங்களைப் பற்றி அவர்களுக்கு விழிப்புணர்வு ஏற்படுத்த வேண்டும். உதாரணமாக குழந்தைகள் பாதுகாப்புக்காக வழங்கப்பட்டுள்ள தொலைபேசி எண்ணை அவர்கள் மனதில் பதியச் செய்ய வேண்டும். தண்டனையை கடுமையாக்குவதன் மூலமும் இத்தகைய குற்றங்களை குறைக்கலாம்.

அதேநேரத்தில், பள்ளிக்கூடங்களில் சிறுவர்களுக்கு குறிப்பாக பெண்குழந்தைகளுக்கு 'குட் டச் அண்ட் பேட் டச்' எனப்படும் தொடுதலில் உள்ள வேறுபாடுகளை உணர்ந்து கொள்வது குறித்து பக்குவமாக எடுத்துரைக்க வேண்டும். பெற்றோரைத் தவிர மற்றோர் யாரும் தன்னுடைய உடலைத் தொடுவதற்கு உரிமை இல்லை என்பதை மிகச் சரியான வகையில் புரிந்து

கொள்ளும்படி குழந்தைகளுக்கு எடுத்துக் கூற வேண்டும். ஏனெனில், பெற்றோரைத் தவிர மிக நெருங்கிய உறவினர்கள் தொடும்போது அதை குழந்தைகள் தவறாகப் புரிந்துகொள்ளவும் வாய்ப்பிருக்கிறது. எனவே, பள்ளிக்கூடங்களில் பக்குவமாக அதைப் பற்றி எடுத்துச் சொல்லிப் புரியவைக்க வேண்டும்.

இந்தோனேசியாவில் சிறார் பாலியல் குற்றவாளிகளை கடுமையாக தண்டிக்க சட்டம் இயற்றப்பட்டுள்ளது. குழந்தைகளை பாலியல் வன்கொடுமை செய்யும் குற்றவாளிகளுக்கு மரணதண்டனை அல்லது ரசாயன முறையில் ஆண்மை நீக்குதல் உள்ளிட்ட கடுமையான தண்டனை அளிக்க வகை செய்யும் சட்டத்தை இந்தோனேசியா நாடாளுமன்றம் நிறைவேற்றியுள்ளது. ரசாயன முறையில் ஆண்மை நீக்குதல் என்பது மருத்துவ தர்மங்களை மீறுவதாக உள்ளது என அந்நாட்டு மருத்துவ அமைப்பு இதற்கு எதிர்ப்பு தெரிவித்தாலும், தண்டனைக்கு ஆதரவாக இந்தோனேசிய நாடாளுமன்றம் வாக்களித்துள்ளது. இதுபோல கடுமையான சட்டங்கள் நடைமுறையில் உள்ள நாடுகளில் இத்தகைய குற்றங்களின் எண்ணிக்கை மிகமிகக் குறைவு. எனவே நம் நாட்டிலும் கடுமையான சட்டங்கள் இயற்ற வேண்டும் என்பது பலரது எதிர்பார்ப்பு.

✳ ✳ ✳

# 10

## குழந்தைகளின் ஞாபக மறதி நோயல்ல...

ஞாபக மறதி என்பது அனைவருக்கும் பொதுவான ஒன்று. அதிலும் குழந்தைகளுக்கு ஒரு சில விசயங்களில் மறதி கொஞ்சம் அதிகமாகவே இருக்கலாம். ஆனால், அதுவே பல நேரங்களில் அவர்களுக்கு நல்லதாகவும் அமைகிறது. எந்த ஒரு நிகழ்வையும் உடனடியாக மறந்து விட்டு அடுத்த நிமிடமே தன் வேலையைப் பார்ப்பார்கள். பெரியவர்கள்தான் நடந்த நிகழ்வையே நினைத்துக்கொண்டு, மனதை போட்டுக் குழப்பிக் கொண்டு எந்த வேலையும் செய்ய முடியாமல் தவிப்பார்கள். குழந்தைகளுக்கு அந்தப் பிரச்னை இல்லை.

ஞாபக மறதி என்பது வியாதியா? அல்லது வரமா? என்றால் அவரவர் வயது மற்றும் பக்குவத்திற்கேற்ற பதில் வரும். ஆனால் நம் குழந்தைகள் படித்ததை எல்லாம் மறக்கும் போது மறதி ஒரு சாபம்போல நமக்குத் தோன்றும்.

அன்றாட நிகழ்வுகளில் குழந்தைகள் பார்த்தது, கேட்டது, உணர்ந்தது, சுவைத்தது என அனைத்துமே அவர்களுக்கு ஞாபகத்தில் இருக்கும். ஆனால், குறைந்த நேரமே மனதில் இருக்கும் படிப்படியாக

மறந்துவிடும். ஒரு நிகழ்வு திரும்பத்திரும்ப நடக்கும்போது அல்லது ஒரு காரியத்தை நாம் செய்யும்போது அது நாள்பட்ட ஞாபக சக்தியாக மாறும். ஆக, ஞாபக சக்திக்கு மிகவும் முக்கிய மானவை ஆர்வம், கவனம் மற்றும் திரும்பத் திரும்ப செய்தல்தான். நாள் பட்ட ஞாபகம் கூட மறக்க வாய்ப்பு இருக்கிறது. அதுவும்கூட ஒரு வகையில் நல்லதுதான். சில நேரங்களில் வாழ்நாள் முழுவதும் நினைவில் இருக்கும். அது சம்மந்தப்பட்ட நிகழ்வைப் பொறுத்தது. நாள்பட்ட ஞாபகத்தை இரண்டு வகையாக பிரிக்கலாம். கொஞ்சம் யோசித்தால் நினைவுக்கு வருவது ஒரு வகை. யோசிக்க தேவை இல்லாமல் உடனே நினைவுக்கு வருவது மற்றொரு வகை.

ஞாபக சக்தியை அதிகரிக்க எதையும் தாய் மொழியிலேயே சிந்திக்க வேண்டும். நீங்கள் படிப்பது ஆங்கிலம், இந்தி அல்லது வேறு எந்த மொழியாகவும் இருக்கலாம். ஆனால், தாய்மொழி எதுவோ அதில்தான் சிந்தித்து மனதில் பதியச் செய்ய வேண்டும். அதுதான் இயல்பானது, அதுதான் நீண்டநாள் நினைவில் நிற்கும்.

புரியாமல் எதையும் படிக்கக் கூடாது. ஒரு வாக்கியம் புரிவதற்கு ஒரு நாள் ஆனாலும்கூட பரவாயில்லை. அந்த வாக்கியம் புரியும் வரை அடுத்தவரிக்குப் போகக் கூடாது. எதைப் படித்தாலும் முழுக் கவனத்தோடு ஊன்றிப் படிக்க வேண்டியது அவசியம். படித்தவுடன் எழுதிப் பார்க்கும் பழக்கத்தை ஏற்படுத்த வேண்டும். வீட்டுப்பாடம் என்ற பெயரில் கடமைக்கு எழுதும் சடங்கால் எந்தப் பயனுமில்லை. படங்களுடன் கூடிய தகவல்கள் நன்றாக மனதில் பதியும். பட விளக்கங்களைத் திரும்பத்திரும்ப வரைந்து பார்க்கச் சொல்லவேண்டும். நினைவில் வைத்துக்கொள்வதற்காக சில குறியீடுகளை வைத்து படிப்பது ஒரு கலை. அதை உங்கள் குழந்தைக்குக் கற்றுக்கொடுக்கலாம்.

ஞாபகசக்தி எனப்படும் நினைவாற்றல் திறன் அனைவருக்கும் சமமாகவே உள்ளது. ஆனால், அதை முறையாகப் பயன்படுத்துவதில் தான் ஒருவருக்கொருவர் வேறுபடுகிறார்கள். மூளையில் உள்ள நினைவகத்திலிருந்து ஏதாவது ஒரு தகவல் தேவையான நேரத்திற்கு நினைவிற்கு வர வேண்டுமென்றால், முதலில் அந்தத் தகவலை சரியான முறையில் பதிவுசெய்து வைக்க வேண்டும். ஞாபகமறதிக்கு முக்கிய காரணம், தகவல்களை சரியான முறையில் மூளையில்

பதிந்து வைக்கும் திறன் குறைவாக இருப்பதுதான். எனவே, குழந்தைகளின் மதிப்பெண் குறைவிற்கு நினைவாற்றல் குறைபாடு காரணமல்ல.

'பென்சிலை எங்கே வைத்தோம்' என்று பள்ளிக்குக் கிளம்பும் அவசரத்தில் வீடு முழுக்கத் தேடுவது, பள்ளிக்கு வந்து பையை திறந்ததும் கணக்கு நோட்டு கொண்டு வராததை அறிந்து பதறுவது, வீட்டுப்பாடத்தை மறந்துவிட்டு ஆசிரியரிடம் திட்டு வாங்குவது, நன்றாக படித்த பாடம் தேர்வு எழுதும்போது உடனடியாக ஞாபகத்திற்கு வராதது, என பல சந்தர்ப்பங்களில் 'ச்சே! இவ்வளவு மறதியாக இருக்கிறோமே' என்று பொதுவாக வயது வித்யாசமின்றி எல்லா பிள்ளைகளும் தங்கள் மீதே எரிச்சல் பட்டுக்கொள்வதுண்டு.

ஒரு திரைப்படமும் அதில் வரும் காட்சிகள் மற்றும் பாடல்கள் மனதில் பதிகிற அளவிற்கு பள்ளிக் கூடப்பாடம் மனதில் பதிவதில்லையே ஏன்? ஆர்வம் மற்றும் கவனம் இல்லாததோடு ஓர் ஒழுங்கு இல்லாததுமே இதற்குக் காரணம்.

ரொம்ப மறதி என்று கூறும் குழந்தைகளிடம் பேசிப் பாருங்கள். கிரிக்கெட் ஸ்கோரைப் பற்றி கேட்டால் விலாவாரியாக பேசுவார்கள். எந்த மேட்சில், எந்த பிளேயருடைய ஆட்டம் பற்றி கேட்டாலும் புள்ளிவிவரமாகச் சொல்வார்கள். பிரச்னை நினைவாற்றலில் இல்லை, ஆர்வத்தில்தான் என்பது இதன் மூலம் தெளிவாகிறது. நினைவாற்றலுக்கு ஆர்வமே அடிப்படை. எதில் நினைவாற்றலை வளர்த்துக்கொள்ள வேண்டுமோ, அதில் கண்டிப்பாக ஆர்வம் இருக்க வேண்டும்.

அதேபோல ஏதாவது ஒரு பாடப்புத்தகத்தின் அட்டைப்படத்தைக் குழந்தைகளிடம் வரையச் சொன்னால், பெரும்பாலோர் தவறாகத்தான் வரைவார்கள். தினமும் பார்க்கிற புத்தகம்தான் என்றாலும் சரியாக வரைய முடியாததற்குக் காரணம், அவர்கள் புத்தகத்தை தினமும் பார்க்கிறார்களே தவிர கவனித்துப் பார்ப்பதில்லை. நினைவாற்றலின் அடிப்படையான கவனிக்கும் திறனை வளர்த்துக்கொண்டால் இது போன்ற பிரச்னைகள் குறைந்துவிடும்.

அதேபோல ஒழுங்கின்மையும் ஒரு காரணம். லட்சக்கணக்கான புத்தகங்கள் உள்ள ஒரு நூலகத்தில் நமக்குத் தேவையான புத்தகத்தை உடனடியாகத் தேடி எடுக்க முடிகிறது. ஆனால்,

ஒரு சில அறைகள் மட்டுமே உள்ள நம் வீட்டில் நமக்குத் தேவையான பொருளை தேடிக் கண்டுபிடிக்க முடியவில்லையே, அது ஏன்? ஒழுங்கின்மைதான் இதற்குக் காரணம். குழந்தைகள்தான் என்றில்லை பெரியவர்களுக்கும் இதே நிலைதான். அதற்கான காரணம் இப்போது புரிகிறதா?

பள்ளியிலிருந்து வந்ததும் ஷூக்களை கழற்றி அதற்குரிய ஸ்டாண்டில் வைக்க வேண்டும். சாக்ஸை கழற்றி துவைப்பதற்கென்று உள்ள இடத்தில் போட வேண்டும். பெல்ட், டை ஆகியவற்றை அதற்கென்று உள்ள இடத்தில் கழற்றி வைக்க வேண்டும். இப்படி ஒவ்வொரு செயலையும் ஓர் ஒழுங்கோடு தொடர்ந்து செய்தால், மனதின் செயல்பாடுகளிலும் ஒழுங்கு ஏற்படத் துவங்கும். அதன் மூலம் ஆர்வமும் கவனமும் ஏற்படும்.

படிக்கும் குழந்தைகளுக்கு மாவுச்சத்து நிறைந்த உணவுகள் மந்த நிலையை ஏற்படுத்தும், எனவே புரதம் நிறைந்த எளிதில் செரிக்கக் கூடிய உணவுகளைச் சாப்பிடக் கொடுப்பது நல்லது. கசப்பு, உவர்ப்பு, புளிப்பு என எந்த சுவையையும் ஒதுக்காமல் அனைத்தையும் குழந்தைகளுக்குக் கொடுங்கள். பிள்ளைகள் குறைந்தது 8 மணி நேரம் கண்டிப்பாக உறங்க வேண்டும். இரவில் சீக்கிரம் தூங்கி அதிகாலையில் எழுந்து படிப்பதைப் பழக்கப்படுத்த வேண்டும். தூங்கப் போகும் முன்பாக அன்று படித்த அனைத்தையும் ஒருமுறை மேலோட்டமாக நினைவுபடுத்திப் பார்க்க வேண்டும். அப்படி செய்யும் போது மூளையின் சில பகுதிகள் விழிப்புடன் இருந்து தகவல்களை குறுகிய கால நினைவறையில் (Short term memory) இருந்து நீண்ட கால நினைவறைக்கு (Long term memory) எடுத்துச் சென்று பதிவு செய்துகொள்ளும். படிக்கும் குழந்தைகளுக்கு இது மிக முக்கியமான பயிற்சியாக இருக்கும்.

குழந்தைகளின் மறதி என்பது ஒரு நோயல்ல என்பதை பெற்றோர்கள் முதலில் புரிந்துகொள்ள வேண்டும். குழந்தைகளுக்கு அதை பல உதாரணங்களுடன் தெளிவாக எடுத்துக்கூறி புரியவைக்க வேண்டும்.

\*\*\*

# 11

## பள்ளிக்கூடம் என்றால் பயமா?

பள்ளிக்கூடம் என்றால் குழந்தைகள் பயப்பட்ட காலமெல்லாம் மலையேறிவிட்டது. இன்றைய குழந்தைகள் பள்ளிக்கூடம் செல்வதெற்கெல்லாம் பயப்படுவதில்லை. மழலையர் பள்ளிகளின் வகுப்புகள் குழந்தைகளைக் கவர்ந்திழுக்கும் வகையில் இருப்பதுதான் இதற்குக் காரணம். நேரம் தவறாமை, ஒழுங்கு போன்ற அடிப்படையான விசயங்களை அவர்களை அறியாமலேயே மாணவர்களுக்கு கற்றுத் தருவது கல்விக்கூடங்கள்தான். ஏட்டுக்கல்வி மட்டும் வாழ்க்கைக்கு உதவாதென்பதால், செயல்முறைக் கல்வி, தொழிற்கல்வி என பல்வேறு முறைகள் பள்ளிக்கூடங்களில் அறிமுகப்படுத்தப்பட்டுள்ளன. ஆனால், போகப்போக பள்ளிக்கூடங்கள் மாணவர் களுக்குப் பெரும் சுமையாகவே தெரிவது ஏன் என்பது ஆராயப்பட வேண்டிய விசயம்.

பள்ளிப்பருவம்தான் மனித வாழ்க்கையில் மிகவும் முக்கியத்துவம் வாய்ந்த பருவம். கவலைகள், கட்டுப்பாடுகள், பொறுப்புகள் என்று எதுவும் இல்லாத பருவம். பயம் என்பதே கிடையாது. மகிழ்ச்சியை மட்டும் தேடித்திரியும் அற்புதமான பருவம். இந்தப் பள்ளிப் பருவம்தான் ஒவ்வொரு மனிதனின் எதிர்காலம் எப்படி

சாந்தி பாஸ்கரசந்திரன்...| 61 |...

இருக்கப் போகிறதென்பதை தீர்மானிக்கும் பருவமாகவும் இருக்கிறது. மாணவப் பருவத்தில் சந்திக்கும் மனிதர்கள், பிரச்னைகள், படிக்கும் புத்தகங்கள், பார்க்கும் படங்கள் போன்றவைதான் எதிர்காலத்தில் நாம் எப்படி உருவாகப்போகிறோம் என்பதற்கான முன் மாதிரிகளாக அமைகின்றன.

அண்டை மாநிலமான ஆந்திராவில் புகழ் பெற்ற ஒரு தனியார் பள்ளியில் நடந்த ஒரு நிகழ்வு எனக்கு நினைவுக்கு வருகிறது. சில ஆண்டுகளுக்கு முன்பு முக்கியமான தலைவர் ஒருவர் இறந்துவிட்டார். ஊடகங்கள் மூலம் தகவல் தெரிந்தாலும் முறையான அறிவிப்பு வர தாமதமானதால், வகுப்புகள் நடைபெற்றுக்கொண்டிருந்த போது, அந்தத் தலைவரின் பெயரைக் கூறி அவர் இறந்துவிட்டதால் பள்ளிக்கு அன்று ஒருநாள் விடுமுறை விடப்படுகிறது என்று அறிவிக்கப்பட்டது.

வகுப்பறையில் இதைப் பற்றியே பேசிக்கொண்டு விடுமுறையை எதிர்பார்த்திருந்த மாணவர்கள், விடுமுறை அறிவிப்பு வந்ததும் அதை எதிர்கொண்ட விதம் அதிர்ச்சி அளிப்பதாக இருந்தது. சந்தோஷமாகக் கை தட்டியும், ஆரவாரக் கூச்சலிட்டும் விடுமுறை அறிவிப்பை வரவேற்றனர். ஒருசில ஆசிரியர்களும்கூட அதே மனநிலையில் இருந்தாலும், அவர்கள் அதை வெளிக்காட்டவில்லை.

சில மாணவர்கள் பேசிக்கொண்டதைக் கேட்டால் அதிர்ச்சி இன்னும் அதிகரித்தது. இந்தத் தலைவர் இறந்ததற்கே ஒரு நாள் விடுமுறை என்றால், அந்தத் தலைவருக்கு எத்தனை நாள் கிடைக்கும் என்று வேறு ஒரு தலைவரின் பெயரைக் கூறி பேசிக்கொண்டனர். விடுமுறை என்ற ஒரே எண்ணம்தான் அவர்கள் மனதில் கூத்தாடியதே தவிர, அதற்கான காரணம் குறித்து அவர்கள் கவலைப்படவில்லை. அந்த தலைவரைப் பற்றியோ அல்லது அவரது மரணத்தினால் ஏற்படக்கூடிய இழப்பு பற்றியோ அவர்களுக்கு தெரிந்திருக்கவில்லை. கிட்டத்தட்ட இதே மனநிலையில்தான் இன்றைய மாணவர் சமுதாயம் இருக்கிறது என்றுகூட சொல்லலாம்.

அதேபோல, கேரள எல்லைப் புற மாவட்டத்தில் பறவைக் காய்ச்சல் பரவியபோது எல்லையோர மாவட்டத்தில் மட்டும் பள்ளிகளுக்கு விடுமுறை விடப்பட்டது. கனமழை மற்றும் பெரு வெள்ளம் காரணமாக மற்றொரு மாவட்டத்தில் பள்ளிகளுக்கு விடுமுறை அறிவிக்கப்பட்டது. இதைப் பார்த்து நமது மாவட்டத்திலும்

பறவைக்காய்ச்சல் பரவ வேண்டும் என்றும், மழை வெள்ளம் ஏற்பட வேண்டும் என்றும் மாணவர்கள் பேசிக்கொண்டதை கேட்க முடிந்தது. மாணவர் சமுதாயம் இப்படி சிந்திப்பதற்கு என்ன காரணம்? நம்முடைய கல்வி முறையில் கோளாறா? என்று ஆராய்வது ஒரு பக்கம் இருந்தாலும் நம்முடைய பங்கும் இதில் இருக்கிறது என்பதை உணர வேண்டும்.

நம்முடைய சிந்தனை எப்படி இருக்க வேண்டும்? அல்லது சரியான திசையில் சிந்திப்பது எப்படி? என்பதை குழந்தைப் பருவத்திலிருந்தே இயல்பாக பழக்கப்படுத்த வேண்டும். நாமே அதற்கு முன்னுதாரணமாகவும் இருந்து காட்ட வேண்டும்.

எந்த இடம் மகிழ்ச்சியாக இருக்கிறதோ அந்த இடத்தில் இருக்கவே எல்லாரும் விரும்புவார்கள்.

இதை அப்படியே பள்ளிக்கூடத்திற்கும், மாணவர் சமுதாயத்திற்கும் நாம் பொருத்திப் பார்த்துக்கொள்ளலாம்.

❋ ❋ ❋

## 12
## பெண்குழந்தைகளின் பெற்றோருக்கு...

**ந**ம் சமுதாய அமைப்பால் ஏற்படும் தடைகள் மட்டுமின்றி இயற்கையாகவும் பெண்குழந்தைகளுக்கு சில தடைகள் ஏற்படுகின்றன. இன்றைய காலகட்டத்தில் அந்தத் தடையை பெண்கள் மிக எளிதாகக் கடந்து வந்தாலும், பெண்குழந்தைகளைப் பொறுத்தவரை பெற்றோர்களின் ஆதரவு கொஞ்சம் அதிகமாகத் தேவைப்படும்.

பெண்குழந்தைகள் பூப்படையும்போது உடலில் பல மாற்றங்கள் ஏற்படுகின்றன. அந்த நேரத்தில் அவர்களது மனதை இனம்புரியாத உணர்ச்சிகள் ஆக்கிரமிக்கின்றன. குழப்பமும் பயமும் கவலையும் ஏற்படுகின்றன. இதற்குக் காரணம், பூப்படைதல் பற்றி எதுவுமே தெரியாதிருப்பது அல்லது தவறாகத் தெரிந்து வைத்திருப்பதுதான். அதைப் பற்றி ஓரளவு தெரிந்து வைத்திருக்கும் சிறுமிகள் தைரியமாகவே இருக்கிறார்கள். ஆனால் ஒரு சில பெண்குழந்தைகளுக்கு அதைப்பற்றி ஒன்றுமே தெரிந்திருப்பதில்லை.

கடந்த சில ஆண்டுகளுக்கு முன்பு என்னுடைய தோழி ஒருவர் பி.எச்.டி., முனைவர் பட்ட ஆய்வுக்காக வெளிநாடு சென்றிருந்தார். அப்போது அங்கு பெண்

குழந்தைகளிடம் நடத்தப்பட்ட ஆய்வின் முடிவுகளைப் படித்துப் பார்த்த எனக்கு ஆச்சர்யமாக இருந்தது. நாடு எதுவாக இருந்தாலும் பெண் குழந்தைகளின் மனநிலை ஒரே மாதிரியாகத்தான் இருக்குமோ என்று எனக்குத் தோன்றியது.

அந்த ஆய்வு முடிவுகளின்படி கிட்டத்தட்ட 50 சதவீத பெண் குழந்தைகளுக்கு பூப்படைதல் அல்லது மாதவிடாய் பற்றி ஒன்றுமே தெரிந்திருக்கவில்லை. திடீரென ஒருநாள் வயதுக்கு வந்தபோது என்ன செய்வதென்றே தெரியாமல் தவித்ததாக பெரும்பாலான குழந்தைகள் சொல்லியிருக்கிறார்கள்.

அது ஒரு பயங்கரமான அனுபவம் என்றும் தாங்கள் பூப்படைந்தபோது பதறிப்போனதாகவும், அதிர்ச்சியுற்றதாகவும், அச்சமடைந்ததாகவும் பல சிறுமிகள் சொல்லியிருக்கிறார்கள்.

ஆறு முதல் எட்டாம் வகுப்பு வரை படிக்கும் மாணவிகளிடம்தான் இந்த ஆய்வை நடத்தியிருக்கிறார்கள். அதில், பெரும்பாலான மாணவிகள் பூப்படைதல் பற்றி தங்களுக்கு எல்லாமே தெரியுமென நினைத்துக் கொண்டிருந்தார்களாம். ஆனால், கேட்கப்பட்ட கேள்விகளுக்கு சரியான பதில் அவர்களுக்குத் தெரிந்திருக்கவில்லை. கட்டுக்கதைகளை நம்பி தவறான தகவல்களை உண்மையென நம்பிக்கொண்டிருந்திருக்கிறார்கள்.

ஒரு சிறுமி வயதுக்கு வந்து ரத்தப்போக்கு வந்தபோது தனக்கு அடிபட்டுவிட்டதோ அல்லது ஏதோ வியாதி வந்துவிட்டதோ என நினைத்து பயந்துவிட்டேன் என்று சொல்லி இருக்கிறாள். வெளியில் சொல்ல பயப்பட்டுக்கொண்டு மறைக்கக் கூடியவர்கள் அந்த நாட்டிலும் இருந்திருக்கிறார்கள். அறியாமைதான் இதற்கெல்லாம் காரணமே தவிர வேறொன்றுமில்லை. இந்தியாவில் இப்படியொரு ஆய்வு நடத்தப்பட்டபோது குழந்தைகளில் அதிகமானோர் கூச்சப்பட்டதாக கூறினார்கள் என்று படித்திருக்கிறேன்.

பெண்பிள்ளைகள் பூப்படைவது இயற்கையானது என்பதை தாய்மார்கள்தான் பக்குவமாக தங்கள் மகளுக்குப் புரியவைக்க வேண்டும். உங்கள் மகள் வயதுக்கு வருவதற்கு முன்பே மாதவிடாய் சம்பந்தமான விசயங்களை அவளிடம் பேசுவது நல்லது. அப்போதுதான் அது தொடர்பான பயம் மற்றும் கவலைகளைப் போக்க முடியும்.

ஆசிரியர்கள், மருத்துவர்கள், உறவினர்கள், புத்தகங்கள் என பல்வேறு வழிகளில் அவர்களுக்குத் தேவையான தகவல்களைத் தெரிந்துகொள்ளச் செய்யலாம். தாய், பாட்டி, சகோதரி ஆகியோர் சிறுமிகளுக்குத் தேவையான கூடுதல் தகவல்களைக் கொடுக்க முடியும். இருந்தாலும் சிறுமிகள் முக்கியமாக தங்கள் அம்மாக்களிடமே எல்லாவற்றையும் கேட்டுத் தெரிந்துகொள்கிறார்கள்.

பெண்பிள்ளைகளின் வளர்ச்சி மற்றும் உடல் ரீதியான மாற்றங்களை தொடர்ந்து கவனித்து வரும் தாய்க்கு தன் மகள் இன்னும் சில நாட்களில் பூப்படைந்து விடுவாள் என்பதை எளிதில் கணித்துவிட முடியும்.

பொதுவாக இதுபோன்ற நேரங்களில் சமாளிக்கத் தெரியாமல் திண்டாடுபவர்களே அதிகம். தாய் இல்லாத வீடுகளில் இந்த விசயத்தைப் பற்றி தனது அப்பாவிடம் பேசுவதற்குக் கூச்சப்படும் சிறுமிகளே அதிகம். ஆனால், அப்பா, தங்களைப் புரிந்துகொண்டு நடக்க வேண்டும் என்று மட்டும் எதிர்பார்க்கிறார்கள். இந்த விசயத்தில் தந்தையர்களுக்கு சம்மந்தமில்லை என்றாலும்கூட, உடல் ரீதியாகவும் உணர்ச்சி ரீதியாகவும் தங்கள் மகளுக்கு ஏற்படும் மாற்றங்களை அப்பாக்கள் கண்டிப்பாகப் புரிந்துகொள்ள வேண்டும்.

வெளிநாடுகளைப் பொறுத்தவரை பொதுவாக 12 அல்லது 13 வயதில் பெண்குழந்தைகள் பூப்படைகிறார்கள். ஆப்பிரிக்க நாடுகளில் கொஞ்சம் மெதுவாகத்தான் பெண்குழந்தைகள் பூப்படைகிறார்கள். மரபியல் ரீதியாகவும், உடல் உழைப்பு மற்றும் பூகோள ரீதியாக அந்தப் பகுதியின் தட்பவெப்ப நிலை ஆகியவற்றைப் பொறுத்தும் இது மாறுபடும் என்கிறார்கள் மகளிர் நல மருத்துவர்கள்.

இந்தியா போன்ற நாடுகளில் 8 முதல் 10 வயதுக்குள் இருக்கும் போதே, ஹார்மோன்கள் அதிகமாகச் சுரப்பதால் உடல் முதிர்ச்சியடைய ஆரம்பிக்குமாம்.

சிறுமிகள் அதைப் பற்றி நிறையத் தெரிந்துகொள்ள ஆர்வமாகத்தான் இருப்பார்கள். பள்ளிக்கூடங்களில் மற்ற பிள்ளைகள் அதைப் பற்றி பேசுவதைக் கேட்டிருப்பார்கள். அவர்களுக்கு இது தொடர்பாக நிறைய சந்தேகங்கள் இருந்தாலும் வீட்டில் அதைக் கேட்கத் தயங்குவார்கள். அம்மாக்கள்தான் மகளுக்கு இது பற்றி சொல்ல வேண்டும்.

ஆனால், அவர்களும் என்ன சொல்வது, எப்படிச் சொல்வது எனத் தெரியாததால் தயங்குகிறார்கள். அம்மாக்கள் தங்கள் சொந்த அனுபவத்தை கதையைப் போல் கூறலாம். அது போன்ற நேரங்களில் என்ன செய்ய வேண்டும் என்ன செய்யக்கூடாது என்பது போன்ற விசயங்களைச் சொல்லித் தரலாம். அது தொடர்பான புத்தகங்களைக் கொடுத்துப் படிக்கச் சொல்லலாம். அல்லது நெருங்கிய உறவினர்கள், மருத்துவர்கள் மூலம் புரியவைக்கலாம். அவர்கள் என்ன புரிந்து வைத்திருக்கிறார்கள் என்பதைத் தெரிந்து, தவறாகப் புரிந்துவைத் திருந்தால் சரியானதைச் சொல்லிக் கொடுங்கள்.

அம்மாக்கள்தான் எல்லாவற்றையும் பேச வேண்டும் என்பதால் மனதளவில் அதற்கு தயார்படுத்திக்கொள்ளுங்கள்.

பள்ளிக்கூடத்தில் இருக்கும்போது 'பீரியட்ஸ்' வந்துவிட்டால் என்ன செய்வது? 'நாப்கின்களை' எப்படிப் பயன்படுத்த வேண்டும்? என்பதை எளிமையாக விளக்குங்கள். உங்கள் மகளின் வயதுக்கும், புரிந்துகொள்ளும் சக்திக்கும் ஏற்ப தேவையான தகவல்களை கவனமாகச் சொல்லுங்கள். இந்த விசயத்தில் உங்கள் உதவி தேவையில்லை என உங்கள் மகள் நினைத்தாலும் அவளுக்கு உங்கள் ஆதரவு அவசியம் என்பதை மறந்துவிடாதீர்கள்.

✳ ✳ ✳

# 13

## வீட்டுப்பாடம் என்பது சுமையா?

போதுவாக எல்லாப் பள்ளிகளிலும் மாணவ, மாணவிகளுக்கு வீட்டுப்பாடம் தருவது வழக்கம். அதாவது, வகுப்பறையில் அன்றைக்கு நடத்தப்பட்ட பாடம் தொடர்பாகவும் அது தொடர்பான ஒரு மறு ஆய்வாகவும் வீட்டுப்பாடங்கள் தரப்படுகின்றன. வீட்டுப் பாடங்களை வீட்டில்தான் செய்ய வேண்டும். அதை பள்ளியிலேயே செய்து முடிப்பது கூடாது. அன்றைக்கு நடத்தப்பட்ட பாடங்களை வீட்டிற்குச் சென்றவுடன் மறுபடியும் நினைவுபடுத்திப் பார்ப்பதுபோல் இருக்க வேண்டும் என்பதுதான் வீட்டுப்பாடங்களின் நோக்கம். மேலும், வீட்டில் படிப்பதற்கென்று ஒரு நேரத்தை ஒதுக்க வேண்டிய கட்டாயத்தையும் வீட்டுப்பாடம் ஏற்படுத்துகிறது. இன்னும் சொல்லப்போனால், வகுப்பில் கற்றதை வீட்டில் பயிற்சி செய்து பார்ப்பதுதான் வீட்டுப்பாடம். அப்படிப் பயிற்சி செய்தால்தான் மனதில் நன்றாகப் பதியும். வீட்டுப்பாடம் என்பது எழுதுவது மட்டுமல்ல, படிப்பதும்தான். 30 அல்லது 40 குழந்தைகள் உள்ள ஒரு வகுப்பில் ஒவ்வொரு குழந்தைக்கும் தனி கவனம் செலுத்தி ஆசிரியர் கவனிக்க முடியாது. ஆனால், பெற்றோர்கள் தங்கள் குழந்தைகளை கவனித்து சொல்லித் தர முடியும்.

வகுப்பறையில் நடத்தும் பாடத்தை என்னதான் கவனமாகக் கேட்டாலும், அதை வீட்டில் வந்து தனியாக ஒரு முறை செய்து பார்த்தால்தான், படித்ததை மீண்டும் நினைவுக்குக் கொண்டுவர முடியும். விளையாட்டு, பாட்டு, இசை என ஒவ்வொன்றுக்கும் ஒரு நேரத்தை ஒதுக்குவதுபோல வீட்டுப்பாடம் செய்வதற்கென்றும் ஒரு நேரத்தை ஒதுக்க வேண்டும்.

பள்ளிக்கூடத்தில் கற்றதை இன்னும் செழுமைப் படுத்திக்கொள்ளவே வீட்டுப்பாடம். வீட்டில் பாடம் படிப்பதற்கு பெற்றோர்கள் உதவியாக இருக்கலாம். ஆனால், முழுக்க முழுக்க பெற்றோர்களே செய்து கொடுத்துப் பழக்கப்படுத்தக் கூடாது. அப்படித் தொடர்ந்து செய்தால் பெற்றோர்களுக்கு மனஅழுத்தம் ஏற்படுவதோடு, அதைச் செய்ய வேண்டிய பிள்ளைகளுக்கு அதில் பழக்கம் இல்லாமல் போய்விடும். அப்படித்தான் வீட்டுப்பாடத்திற்கு எதிராக ஒரு நாட்டில் பெற்றோர்கள் போராட்டத்தில் ஈடுபட்டனர்.

ஸ்பெயின் நாட்டில் ஒருமுறை வித்தியாசமான ஒரு போராட்டம் நடைபெற்றது. அதாவது, 'எங்கள் பிள்ளைகள் மீது வீட்டுப்பாடம் என்ற சுமையை திணிக்காதீர்கள்!' என்று கோரிக்கையை முன்வைத்து பெற்றோர்கள் போராட்டம் நடத்தினர்.

வீட்டுப்பாடத்தால் எந்தப் பயனும் இல்லை என்றும், வீட்டுப்பாடம் தங்களுடைய குடும்ப நேரத்தை அபகரித்துக்கொள்வதாகவும் அதை யாராலும் திருப்பித் தர முடியாது என்பதும் போராட்டத்தில் ஈடுபட்ட பெற்றோர்களின் வாதமாக இருந்தது.

இதேபோல, வேறு சில நாடுகளிலும் வீட்டுப்பாடத்திற்கு எதிர்ப்புக் கிளம்பியது உண்டு. பிரிட்டன், பின்லாந்து ஆகிய நாடுகளிலும் வீட்டுப்பாடத்திற்காக அதிக நேரம் செலவழிக்கும் சீனாவிலும் வீட்டுப்பாடம் குறித்து ஆய்வு நடத்தப்பட்டது. அதில், வீட்டுப்பாடம் என்பது படைப்பாற்றல், கற்பனைத்திறன் போன்றவற்றை அதிகப்படுத்தும் வகையில் இல்லை என்பதால் அதை விரும்பவில்லை என பல பெற்றோர்கள் கூறியிருக்கிறார்கள்.

பின்லாந்தில் வீட்டுப்பாடம் என்று எதுவும் தரப்படுவதில்லை. மாணவர்களுக்கு எந்தப் பாடம் பிடிக்கிறதோ அதிலிருந்து அவர்களே வீட்டுப்பாடம் செய்து வரலாம். உலகிலேயே மகிழ்ச்சியாக இருக்கும் குழந்தைகளின் தர வரிசைப் பட்டியல் ஒன்றை ஐ.நா.சபை ஆண்டு

தோறும் வெளியிடுகிறது. அதில், பின்லாந்துதான் எப்போதும் முதல் இடத்தில் இருக்கும். பள்ளிக்கூடத்தை விட்டு வெளியே வந்த பிறகும் நினைவில் எது மிச்சம் இருக்கிறதோ அதுதான் கல்வி என்று விஞ்ஞானி ஆல்பிரட் ஐன்ஸ்டீன் கூறியதுதான் நினைவிற்கு வருகிறது.

சிங்கப்பூரில் மாணவர்களுக்கு வீட்டுப்பாடத்தை குறைத்து விளையாட்டுக் கல்வியை ஊக்குவிக்கும் வகையிலான புதிய திட்டத்தை நடைமுறைப்படுத்த முடிவு செய்திருக்கிறார்கள். தேர்வு மற்றும் அதில் பெறும் மதிப்பெண்களுக்கு மட்டுமே முக்கியத்துவம் தரப்படும் நிலையை மாற்ற வேண்டும் என்பதற்காக சிங்கப்பூரில் இப்படித் திட்டமிட்டிருக்கிறார்கள்.

ஒரு சில இடங்களில் வீட்டுப்பாடம் என்றவுடன் மாணவர்களுடன் பெற்றோர்களுக்கும் பதற்றம் தொற்றிக்கொள்கிறது. காரணம், பெயரளவில்தான் மாணவர்களுக்கு வீட்டுப்பாடம் என்று சொல்லப்படுகிறதே தவிர, பெரும்பாலும் பெற்றோர்கள்தான் அவற்றை முழுக்க முழுக்க செய்ய வேண்டி இருக்கிறது. மேற்கத்திய நாடுகளில் தங்கள் பள்ளிக்கூடம் முதல் இடம் பிடிக்க வேண்டும் என்பதற்காக, ஒரு சில பள்ளிகள் பெற்றோர்களிடம் பதற்றத்தை ஏற்படுத்தி அதன் மூலம் அதிக மதிப்பெண் எடுக்க வேண்டும் என மாணவர்களை நிர்பந்திக்கின்றன. ஆனால், நம் நாட்டில் அப்படி இல்லை, அப்படி இருக்கவும் கூடாது என்பதே கல்வியாளர்களின் விருப்பம்.

தேர்வு நேரத்தில் வேண்டாத பயம், வீண் பதற்றம் போன்ற காரணங்களால் மாணவர்களால் படிப்பில் சரிவர கவனம் செலுத்த முடியாமல் போகலாம். ஆனால், அன்றைய பாடங்களை அன்றே படித்துவிட்டால் இந்த பயம் தேவையில்லாததாகிவிடும். கல்விதான் வாழ்க்கையின் அடிப்படை. மாணவப் பருவம் என்றில்லை, வாழ்க்கையின் ஒவ்வொரு பருவத்திலும் தினந்தோறும் புதிது புதிதாக கற்றுக்கொண்டே இருக்க வேண்டும். கற்பது நின்றுவிட்டால், வாழ்க்கையும் தேக்கமடைந்துவிடும்; அறைகூவல்களை எதிர்கொள்ளும் துணிச்சல் வராது.

தேர்வுக்காகப் படிப்பதற்கும், கற்றுக் கொள்வதற்காக படிப்பதற்கும் வேறுபாடு உண்டு. புரிந்து படிப்பது சுமையாக இருக்காது. சுகமாக மாறிவிடும். ஒரே பாடத்தைத் திரும்ப ஒரு முறை

படிப்பது புரிந்துகொள்ள எளிதாக இருக்கும். ஏன் படிக்கிறோம்? யாருக்காகப் படிக்கிறோம் என்ற கேள்விக்கான பதிலைப் புரிந்து கொண்டால் படிப்பது சுமையாகத் தெரியாது. பாடங்களைப் படிப்பது என்பது 'மதிப்பெண்கள் பெற வேண்டும்' என்பதற்காக மட்டுமல்ல. நம் வாழ்க்கையைத் திட்டமிட, தீர்மானிக்க, சிறப்பாகக் கொண்டு செல்ல கல்வி மட்டுமே உதவும். இதைப் புரிந்துகொண்டுவிட்டால் படிப்பதில் தானாகவே ஆர்வம் வரும். இந்த ஆர்வம் கவனம் செலுத்த உதவும். கவனம் கூர்மையானால் படிப்பது எளிமையாக புரியும். புரிந்துகொண்டவை நினைவிலும் பதியும்.

படிப்பதில் வரக்கூடிய இன்னொரு பிரச்னை, போட்டி மனப்பான்மை. பொதுவாக போட்டி இருந்தால்தான் திறமை வெளிப்படும் என்பார்கள். ஆனால், பல்வேறு கட்டங்களில் போட்டி என்பது 'நம் திறமையை வெளிப்படுத்துவதற்கு' என்பதைத் தாண்டி, 'அடுத்தவரை விட அதிகமாக' என்பதற்கே முக்கியத்துவம் தரும் விசயமாக மாறிவிடுகிறது. அப்படி ஒரு சிந்தனை வந்துவிட்டால், தான் படிக்க வேண்டிய நேரத்தில்கூட அடுத்தவன் என்ன படிக்கிறானோ, எப்படிப் படிக்கிறானோ என்று மனம் சலனமடையும். இதன் விளைவாக பொறாமைக் குணம் வரவும் வாய்ப்புண்டு.

போட்டி கூடாது என்பதல்ல, யாருடன் போட்டி, எதற்குப் போட்டி, எப்படியான போட்டி என்ற கேள்விகளோடு போட்டி இருக்கவேண்டும். பக்கத்தில் ஓடுபவரைப் பார்த்துக்கொண்டே ஓடினால், வேகம் தடைபடும். இலக்கை மட்டுமே பார்த்துக்கொண்டு ஓடினால் வேகம் கூடும். அதுதான் வெற்றிக்கும் வழி வகுக்கும். அதைவிட தனக்குத்தானே போட்டி என்று நினைத்துக்கொண்டு படித்தால் நேற்றை விட இன்றும், இன்றைவிட நாளையும் சிறப்பாகப் படிக்கலாம். படிப்பது என்பது ஒரு சுகமான செயல் என்று பழகிக் கொண்டால் போதும். வீட்டுப்பாடம் மட்டுமல்ல எந்தப் பாடமும் சுமையாகத் தெரியாது.

***

# 14

## டிஸ்லெக்சியா என்பது நோயல்ல...

படிக்கும் குழந்தைகள் உள்ள வீடுகளில் அந்தக் குழந்தைகள் மீது பல்வேறு குற்றச்சாட்டுகள் அடுக்கப் படுவது வழக்கம். சரியாகப் படிப்பதில்லை, ஆசிரியர் சொல்வதைச் செய்வதில்லை, பாடங்களை ஒழுங்காக எழுதுவதில்லை, கையெழுத்து ஒழுங்காக இல்லை என அடுக்கடுக்கானப் புகார்கள் பெற்றோர்களால் முன்வைக்கப்படுவதைப் பார்க்கலாம். இதற்குக் காரணம் என்ன? ஏன் இப்படி எல்லாம் நடக்கிறது? என்பதைப் பற்றி பெரும்பாலும் பெற்றோர்கள் ஆராய்ந்து பார்ப்பதில்லை. குழந்தைகளுக்கு ஏற்படும் 'டிஸ்லெக்சியா' (Dyslexia) எனப்படும் கற்றல் குறைபாடே இவற்றுக்கெல்லாம் காரணம்!

டிஸ்லெக்சியா என்றால் என்ன? எதனால் அது ஏற்படுகிறது? என்பதை அனேக பெற்றோர்கள் சரியாகப் புரிந்துகொள்வதில்லை.

ஒரு குழந்தை, படிப்பில் தொடர்ந்து மந்தமாக இருப்பது, தொடர்ச்சியாக மதிப்பெண் குறைவாக எடுப்பது போன்ற குறைபாடுகள் காணப்பட்டால் அதை டிஸ்லெக்சியா என்று சொல்வார்கள். அதாவது, கற்றலில் குறைபாடு. இது ஒரு குறைபாடுதானே

தவிர நோயல்ல என்பதையும், சரியான முயற்சிகளின் மூலம் இந்தக் குறைபாட்டைச் சரிசெய்ய முடியும் என்பதையும் பெற்றோர்கள் புரிந்துகொள்ள வேண்டும். பொதுவாக 2 முதல் 12 சதவீத குழந்தைகளிடம் இந்தக் குறைபாடு காணப்படுவதாக புள்ளி விவரங்கள் தெரிவிக்கின்றன.

கற்றல் குறைபாடு என்பது நரம்பியல் சார்ந்தது. இது மூளை விவரங்களை அனுப்புகிற, பெறுகிற மற்றும் புரிந்துகொள்கிற திறனைப் பாதிக்கிறது என்பது மருத்துவர்களின் கருத்து. அதனால்தான் இந்த குறைபாடுள்ள குழந்தைகள் பெரும்பாலும் எழுத்து அல்லது வார்த்தைகளை அடையாளம் கண்டுகொள்வதிலும் வேகமாக வாசிப்பதிலும் சிரமப்படுவார்கள். அதேபோல எழுதுவதிலும் இடவல மாற்றம், வளைவுக்கோடு சிரமம் இருக்கும். கையெழுத்து மோசமாக இருக்கும். ஏகப்பட்ட பிழைகளுடன் எழுதுவார்கள். படிப்பைத் தவிர மற்ற விசயங்களில் எந்தப் பிரச்னையும் இருக்காது. சொல்லப்போனால் இந்தக் குறைபாடுள்ள குழந்தைகள் ஏதாவது ஒரு துறையில் மிகச்சிறந்த திறமைசாலிகளாக இருப்பார்கள். புகழ்பெற்ற விஞ்ஞானிகள், மேதைகள், வல்லுநர்கள், செல்வந்தர்களுக்கு சிறுவயதில் இந்தக் குறைபாடு இருந்தது என்பதை நாம் படித்திருப்போம்.

சில சிறப்புப் பயிற்சிகள் மேற்கொள்வதன் வாயிலாக இந்தக் குறைபாட்டைச் சரி செய்யலாம். ஆனால், குழந்தைகளின் பிரச்னையை அடையாளம் காணாமல் பெற்றோரும் ஆசிரியர்களும் மாணவன் ஒழுங்காக படிக்கவில்லை என குறை கூறுவது, அடிப்பது, திட்டுவது போன்ற செயல்களில் ஈடுபடக் கூடாது. மேலும், சராசரியாக உள்ள மற்ற குழந்தைகளுடன் டிஸ்லெக்சியா குறைபாடுள்ள குழந்தைகளை ஒப்பிட்டுப் பேசி அவமானப்படுத்தினால் அந்தக் குழந்தைகள் இன்னும் மோசமான நிலைக்கே செல்லும் என்பதை மறந்துவிடக் கூடாது.

அதற்காக எல்லாவற்றையும் டிஸ்லெக்சியா என்று நினைத்து விடவும் கூடாது. சில குழந்தைகள் மெதுவாகப் படிப்பார்கள், ஆனால், சிறிதுகாலத்தில் நன்றாகப் படிக்கத் தொடங்கிவிடுவார்கள். பிற நடவடிக்கைகளையும், எல்லாரையும்போலச் செய்யத் தொடங்கிவிடுவார்கள். சில குழந்தைகளுக்கு ஒரு புதிய மொழியைக்

கற்றுக்கொள்வதில், அல்லது ஒரு குறிப்பிட்ட செயல்பாட்டில் ஈடுபடுவதில் அல்லது ஒரு குறிப்பிட்ட பாடத்தைப் படிப்பதில் ஆர்வம் இருக்காது. அல்லது அவர்களுக்கு விளையாட்டு உள்ளிட்ட வெளி நடவடிக்கைகளில் ஆர்வம் இருக்காது. இந்தப் பண்புகள் குழந்தையின் ஆர்வத்தைப் பொறுத்தும் அமைகிறது. எனவே, இவற்றை கற்றல் குறைபாடுகள் என நினைத்துவிடக் கூடாது.

கற்றல் குறைபாடுகளைக் கண்டறிவது ஒரு சிக்கலான செயல் முறைதான் என்றாலும் எளிய சொற்களை உச்சரித்தல், எழுத்து மற்றும் சொற்களை அடையாளம் காணுதல், எண்கள், படங்கள் ஆகியவற்றைப் பார்த்துச் சொல்லுதல், செய்யும் வேலைகளில் கவனம் செலுத்துதல், கட்டளைகளுக்குக் கீழ்படிதல் என பல்வேறு நுணுக்கமான ஆய்வுகளின் மூலம் மனநல வல்லுநர்கள் குறைபாடு இருக்கிறதா என்பதைக் கண்டறிகின்றனர். ஒரு குழந்தையின் கற்றல் குறைபாட்டை மறைக்கக்கூடிய பார்வைக் குறைபாடுகள், கேட்டல் குறைபாடுகள், பிற வளர்ச்சிக் குறைபாடுகள் அந்தக் குழந்தைக்கு உள்ளனவா என்றும் மருத்துவர்கள் பரிசோதித்து அறிவார்கள். எனவே, நாமாகவே ஒரு முடிவுக்கு வருவதைக் கண்டிப்பாக கைவிட வேண்டும்.

டிஸ்லெக்சியா குறைபாடுள்ள குழந்தைகளுக்குப் பயிற்சி அளிக்கக் கூடிய சிறப்புப் பள்ளிகள் உள்ளன. அனுபவமும் பயிற்சியும் பெற்ற ஆசிரியர்களும் இருக்கிறார்கள். இந்தக் குறைபாடுள்ள குழந்தைகளை ஆராய்ந்து அவர்களது தற்போதைய நிலையை ஆய்வுசெய்து சரியான பரிந்துரைகளை அளிக்க குழந்தைகள் மனநல ஆலோசகர்களும் இருக்கிறார்கள். கற்றலில் குறைபாடு இருந்தால் அதை 'டிஸ்லெக்சியா' (Dyslexia) என்று சொல்கிறார்கள். எழுதுவதில் குறைபாடு இருந்தால் அதை 'டிஸ்க்ராஃபியா (Dysgraphia) என்றும், கணக்கு போடுவதில் குறைபாடுகள் இருந்தால் அதை 'டிஸ்கால்குலியர' (Dyscalculia) என்றும் சொல்கிறார்கள். பிரச்னையை சரியாகப் புரிந்துகொண்டு அதற்கேற்ற தீர்வைக் கண்டால் இந்தக் குறைபாட்டை எளிதில் வெல்லலாம்.

❋ ❋ ❋

# 15

## மறைந்துபோன நீதிபோதனை வகுப்புகள்!

**சென்னையில் பள்ளி ஆசிரியையை கத்தியால் குத்திக் கொன்ற மாணவன் கைது!**

**தூத்துக்குடி மாவட்டம், வல்லநாடு அருகே தனியார் பொறியியல் கல்லூரியின் முதல்வரை, அதே கல்லூரியில் பயிலும் மாணவர்கள் வெட்டிப் படுகொலை செய்த கொடூரம்!**

-இதுபோன்று முன்பெல்லாம் பள்ளி-கல்லூரிகளில் சம்பவங்கள் நடந்ததுண்டா? இந்தப் படுகொலைகள் செய்யப்பட்ட விதத்தைப் பார்த்தால் திரைப்படங்களில் வரும் காட்சிகளைப்போல் உள்ளது. திரைப்படங்களில் வரும் வன்முறை மற்றும் கொலைக் காட்சிகள் மாணவர்களிடம் எவ்வளவு தாக்கத்தை ஏற்படுத்தி இருக்கின்றன என்பதை இதன் மூலம் உணர முடிகிறது. மாதா, பிதாவுக்கு அடுத்த நிலையில் போற்றப்படுகிற ஆசிரியர்களை, கடவுளாக மதிக்காவிட்டாலும் பரவாயில்லை. ஆனால், அவர்களைப் படுகொலை செய்யும் நிலை உருவாகியிருப்பது கவலைப்பட வேண்டிய விசயம். நல்லொழுக்கத்தைக் கற்றுத் தரும் நோக்கம் கொண்டதாக இருந்த கல்விமுறை, அதிக மதிப்பெண்கள் எடுத்தால் போதும் என்று எந்திரத் தனமாக எப்போது மாறத் தொடங்கியதோ அப்போது தொடங்கியதுதான் இந்தச் சீரழிவு!

முன்பெல்லாம் பள்ளிக்கூடங்களில் வாரத்திற்கு இரண்டு முறையாவது நீதி போதனை வகுப்புகள் நடத்தப்படும். அதில் நீதி போதனை கதைகள், ஒழுக்கத்திற்கான செயல்பாடுகள், நீதி, நேர்மையைக் கடைபிடித்து வாழ்ந்த மகான்களின் வாழ்க்கை போன்றவை ஆசிரியர்களால் போதிக்கப்பட்டன. இதனால் தவறு செய்யும் மாணவர்களின் எண்ணிக்கை மிகவும் குறைவாக இருந்தது. காலப்போக்கில் அவ்வகுப்புகள் படிப்படியாக நிறுத்தப்பட்டன. அதற்குப் பதிலாக 'எக்ஸ்ட்ரா கரிக்குலர் ஆக்டிவிட்டிஸ்' (Extra carricular activities) என்ற பெயரில் விதவிதமான வகுப்புகள் அந்த நேரங்களை ஆக்கிரமித்துக்கொண்டன.

விளைவு, 8ஆம் வகுப்பு மாணவன்கூட மது குடிக்கும் நிலை. மாணவிகள் சிலருக்கும் மது அருந்தும் பழக்கம், புகைபிடிக்கும் பழக்கம். பள்ளிக்கூடத்தில் வகுப்பறையிலேயே அமர்ந்து மது அருந்திய மாணவர்கள், பொது இடங்களில் யாரைப் பற்றியும் கவலைப்படாமல் புகைபிடிக்கும் மாணவர்கள் என பட்டியல் நாளுக்கு நாள் நீண்டுகொண்டே செல்கிறது. இது தவிர செல்போன் மூலம் ஒழுக்கக் கேடான செயல்களில் ஈடுபடும் நிலையும் அதிகரித்துள்ளது. இதனால் நல்ல மனநிலையில் உள்ள மாணவர்கள்கூட கெட்டுப் போகக்கூடிய சூழ்நிலை ஏற்பட்டுள்ளது.

இன்றைய காலகட்டத்தில் நீதிபோதனை வகுப்பு என்றால் என்ன? என்பதே பெரும்பாலான மாணவர்களுக்குத் தெரியவில்லை. இதனால், மாணவர்கள் அதிகம் படித்திருந்தாலும் அவர்களுக்கு பொதுவான நாகரீகம் என்றால் என்ன என்றே தெரிவதில்லை. இதை மாற்ற வேண்டுமானால், தமிழக பள்ளிகளில் நீதி போதனை வகுப்புகளை மீண்டும் கட்டாயமாக்க வேண்டும். பள்ளிப்பிள்ளைகள் தொடர்பான வழக்குகளில் நீதியரசர்களும் இக்கருத்தை தொடர்ந்து வலியுறுத்தி வருகின்றனர்.

அந்தக்காலத்தில் ஆசிரியர்களுக்கும், மாணவர்களுக்கும் இடையிலான உறவுமுறை மரியாதையும், பொறுப்பும் நிறைந்ததாக இருந்தது. ஆசிரியர் என்றாலே அஞ்சி நடுங்கியதும் உண்டு. எழுத்தறிவித்தவன் இறைவன் என்று போற்றிய காலமெல்லாம் இப்போது இல்லை. ஆசிரியர்களிடம் நண்பர்களைப் போல் 'ஹாய்' என்று சகஜமாகப் பேசக் கூடிய காலமாக மாறிவிட்டது.

ஆசிரியர் மாணவர் உறவுமுறையில் ஏற்பட்ட இடைவெளி அல்லது மாற்றம் என்பது மாணவர்களுக்குத்தான் இழப்பை

ஏற்படுத்தியுள்ளது. இன்றைய நாகரிக உலகில் தெருவுக்குத் தெரு திறந்து வைக்கப்பட்டிருக்கும் மதுக்கடைகளும், கல்லூரிகளுக்கு அருகிலேயே கிடைக்கும் சிகரெட், கஞ்சா போன்ற போதைப் பொருள்களும், குற்றங்களை எப்படிச் செய்வது என்பதைக் கற்றுத் தரும் திரைப்படங்களும் மாணவர்களை தவறான பாதைக்கு அழைத்துச் செல்கின்றன.

ஒட்டு மொத்த மாணவ சமுதாயமும் தவறான பாதையில் செல்கிறது என்று சொல்லிவிட முடியாது என்றாலும், ஒரு குறிப்பிட்ட சதவீதத்தினர் தவறான பாதையில் பயணிக்கிறார்கள். அவர்களைத் திருத்தி நல்வழிப்படுத்த வேண்டியது இன்றைய அவசர அவசியம். அதற்கு பெற்றோர்களின் ஒத்துழைப்பு மிக மிக அவசியம். அதேபோல ஆசிரியர்களும் பண்பில், ஒழுக்கத்தில் உயர்ந்தவர்களாக இருக்க வேண்டும். இன்றைய நிலையில் ஆசிரியர்களின் வாழ்க்கைத் தரம் உயர்ந்த அளவுக்கு அவர்களது கற்பிக்கும் திறன் உயரவில்லை என்பது ஒப்புக்கொள்ள வேண்டிய கசப்பான உண்மை.

அனைத்துப் பள்ளிகளிலும் நீதிபோதனை வகுப்புகளை மீண்டும் ஏற்படுத்த வேண்டும். அதற்கேற்றார்போல் பாடத்திட்டம் மாற்றி அமைக்கப்பட வேண்டும். மாணவர்களின் பிரச்னைகளை அறிந்து, அவர்களுக்கு ஆலோசனைகளையும், ஆறுதல்களையும் வழங்க வேண்டும். இதற்கெல்லாம் மேலாக, பெற்றோரின் கனவையும், எதிர்பார்ப்பையும் நிறைவேற்ற வேண்டிய மிகப்பெரிய கடமை தங்களுக்கு இருப்பதை உணர்ந்து மாணவர்களும் பொறுப்புடன் செயல்பட வேண்டும்.

பாடத்திட்டம் முற்றிலுமாக மாற்றி அமைக்கப்பட வேண்டும். பொது அறிவு மட்டுமல்லாமல் ஆளுமைப் பண்பு, தன்னம்பிக்கை, பேச்சாற்றல், முடிவெடுக்கும் திறன், விளையாட்டு, படைப்பாற்றல் அனைத்திலும் சிறந்து விளங்கும் வகையில் பாடத்திட்டம் வடிவமைக்கப்பட வேண்டும். சாதி, மதம் தொடர்பான கருத்துகள் பாடத்திட்டங்களில் இடம்பெறுவதை தவிர்த்து, அரசியல் சச்சரவுகளில் சிக்காத வகையில் பாடத்திட்டங்கள் அமைய வேண்டும். நாடு முழுவதும் ஒரே மாதிரியான பாடத்திட்டத்தை ஏற்படுத்தி, பள்ளிக் கல்வி, உயர் கல்வி, கல்லூரிக் கல்வி வரை பாகுபாடின்றி அனைவருக்கும் இலவசக் கல்வி வழங்கப்பட வேண்டும்.

✱ ✱ ✱

# 16

## அப்பாக்கள் கவனத்துக்கு...

உறவுமுறைகளிலேயே மிகவும் அழுத்தமானது பிள்ளைக்கும் தந்தைக்கும் உள்ள உறவுதான் தாயின் பாசத்தைப்போல, தந்தையின் நேசம் கலந்த வழிகாட்டுதலும் வளரும் பிள்ளைகளுக்கு மிகவும் அவசியம். அந்த நேசம் கிடைக்காத பிள்ளைகள் பல்வேறு பிரச்னைகளுக்கு ஆளாகிறார்கள். குறிப்பாக பெண்பிள்ளைகள் சிறுவயதிலேயே பாலியல்ரீதியாக பலவீனப்படுகிறார்கள்.

இந்தியாவைவிட மற்ற நாடுகளில் இந்தப் பிரச்னை கொஞ்சம் அதிகம். வயதுக்கு வரும் பருவத்திலேயே பெண்பிள்ளைகள் செக்ஸ் பிரச்னைகளில் சிக்கி கர்ப்பமாவது அமெரிக்கா மற்றும் நியூசிலாந்தில் அதிகம். இதற்கான காரணம் குறித்து அந்த நாடுகளில் நடத்தப்பட்ட ஆய்வில், தாய்-தந்தையின் சரியான வழிகாட்டுதல், அன்பு, அரவணைப்பு இல்லாததுதான் காரணம் என தெரியவந்தது.

ஆண்பிள்ளையாக இருந்தாலும் சரி, பெண் பிள்ளையாக இருந்தாலும் சரி, இருவரையும் சமமாக பாருங்கள். அப்பா என்பவர் ஒரு பாதுகாவலர் மட்டுமல்ல, ஒரு நண்பராக, ஊக்கமூட்டி உற்சாகப்படுத்துபவராக, எதிர்பார்ப்புகளற்ற வழிகாட்டியாக இருக்க வேண்டும். குறிப்பாக பெண்பிள்ளைகள் முதலில் சந்திக்கும்

ஆண் அவர்களுடைய அப்பாதானே? அப்பாவிடமிருந்துதான் ஓர் ஆணுக்குரிய இலக்கணங்களை அவள் கற்றுக்கொள்கிறாள். எனவே பிள்ளைகள் மழலைகளாய் இருக்கும்போதே எல்லா வகையிலும் முன் மாதிரியான வாழ்க்கை வாழவேண்டியது அப்பாவின் கடமை.

சிறுவயதில் குழந்தைகளுக்குத் தேவையானவற்றைத் தேடித்தேடி வாங்கும் அப்பாக்கள், பிள்ளைகள் வளரவளர அதே அளவு அக்கறை காட்டுவதில்லை. ஒருகட்டத்தில் உங்கள் பிள்ளைகள் உங்களை விட்டு விலகிப் போவதைப்போல தோன்றும். ஆனால், உண்மை அதுவல்ல. உங்கள் மீதான பாசமும் அன்பும் கரிசனையும் எப்போதுமே அவர்களிடம் நிரம்பி இருக்கும். ஆனால், அதை வெளிப்படுத்தும் விதம்தான் மாறுபடும். அதை நீங்கள்தான் மிகச் சரியாகப் புரிந்துகொள்ள வேண்டும்.

குறிப்பிட்ட ஒரு வயதுப் பிரிவை எட்டும்போது அவர்களுக்கு அட்வைஸ் எனும் வார்த்தையே அலர்ஜியாக இருக்கும். காரணம், பெரும்பாலும் அவர்களுடைய விருப்பத்துக்கு நேர் எதிரானதாகத்தான் அப்பாக்களின் விருப்பம் இருக்கும். இந்த நேரத்தில் அப்பாக்கள் அறிவுரை செய்வதை நிறுத்திக்கொண்டு, அதை தங்கள் செயலில் காட்ட வேண்டும். அல்லது நாசுக்காக விளக்க வேண்டும். அதைவிட முக்கியம் பிள்ளைகள் பேசுவதை காது கொடுத்துக் கேட்கவேண்டும்.

நீங்கள் அவர்களது உலகுக்குள் நுழைந்தால்தான் அதிலுள்ள பிரச்னைகளை அறிந்து அவர்களுக்கு நல்லது எது, கெட்டது எது என்பதை எடுத்துச் சொல்ல முடியும். அதை விட்டு விட்டு, என்ன இது, எப்ப பார்த்தாலும் ஃபோனும் கையுமா இருக்கிறாயே, இன்டர்நெட்லயே மூழ்கிக் கிடக்கிறாயே என்று புலம்பித் தள்ளாதீர்கள். பெண்பிள்ளைகளாக இருந்தால் அவர்களின் தோளைத் தட்டிப் பாராட்டுவதோ, தலையைக் கோதிப் பாராட்டுவதோ, செல்லமாய் அரவணைத்துக் கொள்வதோ அவர்களுக்கு உற்சாகமூட்டும்.

அடிக்கடி வெளியே அழைத்துச் செல்லுங்கள். பிள்ளைகளுடன் நிறைய நேரம் செலவிடுங்கள். அப்போதுதான் இயல்பான உரையாடல் சாத்தியமாகும். நினைத்ததை எப்படியேனும் வெளிப்படுத்திவிடுவார்கள். பள்ளியிலோ, கல்லூரியிலோ ஏதேனும் விழா நடக்கிறது, அழைக்கிறார்கள் என்றால் தட்டிக் கழிக்காதீர்கள். வெறுமனே நீங்கள் அவர்களுடன் இருந்தால் போதும். உங்களை ரொம்பவே கொண்டாடுவார்கள். நீங்கள் உங்கள் பிள்ளைகள் மீது அன்பு செலுத்துகிறீர்கள் சரி! மதிக்கிறீர்கள் சரி! ஆனால், அதை அவர்கள் உணரும்படி வெளிக்காட்டுவது எப்படி?

சுற்றிவளைத்து எதையும் பேசாமல், உங்கள் மகன் அல்லது மகளை நீங்கள் மதிக்கிறீர்கள், அன்பு செலுத்துகிறீர்கள் என்பதை புரியும்படி சொல்லுங்கள்.

எது நடந்தாலும் கவலையில்லை... அப்பா இருக்கிறார், எனும் நம்பிக்கையை நீங்கள் உங்கள் பிள்ளைகளிடம் ஊட்ட முடிந்தால் அதைவிடப் பெரிய விஷயம் ஏதும் இல்லை. அதேநேரத்தில் தவறான விஷயங்களுக்கு அப்பா பச்சைக்கொடி காட்டமாட்டார் என்பதையும் அவர்களுக்குப் புரியவையுங்கள். பிள்ளைகள் மனம் திறந்து பேசும்போது எந்தக் காரணம் கொண்டும் அவர்களைத் திட்டாதீர்கள். என்னதான் பெரிய தவறு செய்திருந்தாலும் உணர்ச்சிவசப் படாதீர்கள். பிரச்னைக்கு என்ன தீர்வு என சிந்தியுங்கள். நீங்கள் பதற்றப்பட்டு உங்கள் கோபத்தையும் ஆத்திரத்தையும் பிள்ளையிடம் காட்டாதீர்கள்.

அப்பா-பிள்ளை பந்தத்தில் அப்பாவுக்குத்தான் அதிகப் பொறுப்பு. சமூகம் சார்ந்த பல விசயங்களையும் நீங்கள்தான் அவர்களுக்கு சொல்லித் தர வேண்டும். அவற்றைப் பற்றிய தெளிவை தரும் பொறுப்பும் உங்களிடமே இருக்கிறது.

பெண்குழந்தைகளைப் பொறுத்தவரை ஒரு ஆச்சரியமான உண்மை என்னவென்றால், பதின்வயதுத் தொடக்கத்தில் இருக்கும் மனோபாவம் நாட்கள் செல்லச்செல்ல பக்குவப்படும். திருமண வயது நெருங்கும்போது 'அப்பாவே உலகம்' எனும் நிலைக்கு பெண்கள் வந்துவிடுவார்கள். அதுவரை ஒரு தந்தையாக சலிக்காத வழிகாட்டலும், பொறுமையான அணுகுமுறையும் உங்களுக்கு அவசியம்.

பெண்பிள்ளைகளைப் பொறுத்தவரை, நீங்கள் உங்கள் மகளை எப்படி நடத்துகிறீர்கள் என்பதை வைத்து மட்டும் உங்கள் மகள் உங்களை எடை போடுவதில்லை. உங்கள் மனைவியை நீங்கள் எப்படி நடத்துகிறீர்கள், மற்றவர்களை எப்படி நடத்துகிறீர்கள் என்பதையெல்லாம் அவள் உற்றுக் கவனிப்பாள். நீங்கள் எல்லா இடத்திலும் வலுவாக இல்லையேல் நீங்கள் அவளிடம் காட்டும் அன்பை போலித்தனம் கலந்ததாக அவள் கருதிக்கொள்ளவும் வாய்ப்பு உண்டு.

என் அப்பா ஒரு 'நல்ல ஆண்மகன்' என்று உங்கள் மகளும், உங்களை ஒரு முன்மாதிரியாக உங்கள் மகனும் நினைத்தால், நீங்கள் ஒரு சிறந்த அப்பாவாக இருக்கிறீர்கள் என்று அர்த்தம்.

✳ ✳ ✳

# 17

## மாணவர்கள் தற்கொலை அதிகரிக்க என்ன காரணம்?

அண்மைக் காலங்களில் மாணவர் தற்கொலைகள் தமிழகத்திலும் இந்திய அளவிலும் அதிகரித்து வருவதை செய்திகள் வாயிலாக அறிய முடியும். இதற்குக் காரணம் ஆசிரியர்கள் தரும் அழுத்தமா, பெற்றோரின் வளர்ப்பு முறையில் உள்ள குறையா என்று வாதப் பிரதிவாதங்கள் அரங்கேறினாலும் உண்மைக் காரணம் என்ன என்பதை ஆராய வேண்டும்.

வாழ்க்கையில் எல்லாருக்கும் பிடித்த பருவம் ஒன்று உண்டென்றால் அது மாணவப் பருவம்தான். அந்தப் பருவத்தில் தற்கொலை செய்துகொள்கிறார்கள் என்றால் என்ன காரணம். மாணவப் பருவம் மனஇறுக்கம் நிறைந்ததாக மாறிப்போனது ஏன்? பெற்றோரின் வளர்ப்பில் தொடங்குகிறது பிரச்னை. நன்மை, தீமைகளை அறியாமல் தங்கள் பிள்ளைகள் எது கேட்டாலும் வாங்கிக் கொடுப்பதுதான் முதல் காரணம். தன்னம்பிக்கை சார்ந்த சுய ஒழுக்கத்தை வீட்டில் பிள்ளைகளுக்குக் கற்றுத் தரவேண்டும். எந்த ஒரு விசயத்திலும் தோற்றாலும் பரவாயில்லை, ஆனால் முயற்சியை மட்டும் கைவிட்டு விடாதே நாங்கள் இருக்கிறோம் என்று புரியவைத்தாலே போதும், இது போன்ற தற்கொலைகளைத் தடுக்கலாம்.

கற்றலில் குறை வைப்பதை ஆசிரியர்களும் பெற்றோர்களும் விரும்புவதில்லை. விளைவு, படிக்காவிட்டால் இந்த உலகத்தில் வாழவே தகுதியில்லை என்பது போன்ற கருத்தை நேரடியாகவோ, மறைமுகமாகவோ இருதரப்பினரும் மாணவர்களுக்கு கற்பிக்கின்றனர். பொறுமை, நிதானம், சகிப்புத்தன்மை, மன்னிக்கும் குணம் போன்ற மனிதத்தன்மை ஆசிரியர்களிடம் இல்லை. பள்ளியிலோ வெளியிலோ பிள்ளைகளுக்கு நடப்பதை கேட்டுத் தெரிந்துகொள்வதற்கு பெற்றோருக்கு மனதும் இல்லை, நேரமும் இல்லை. தானாகவே வந்து பிள்ளைகள் சொல்வதற்கு சுதந்திரத்தையும், உரிமையையும் பெரும்பாலான பெற்றோர்கள் வழங்குவதில்லை.

பெற்றோர்களின் அழுத்தம், ஆசிரியர்கள் மாணவர்களை நடத்தும் விதம், அரசின் கல்விமுறை, சமூகப் பின்னணி... இவை அனைத்தும் சேர்ந்து மாணவர்களை மன உளைச்சலுக்கு உள்ளாக்குகின்றன. அதிலிருந்து அவர்கள் விடுபடவும், இதெல்லாம் சாதாரண விசயம் என்று எடுத்துக்கூறவும் சம்மந்தப்பட்ட அனைவரும் கடமைப்பட்டவர்கள். எதிர்காலச் சமுதாயம் நல்வழியில், வெற்றிப்பாதையில் நடைபோட பொறுப்புணர்வுடன் செயல்பட வேண்டியது ஆசிரியர்களும் பெற்றோர்களும் மட்டுமல்ல, இந்த சமூகமும் அதற்குக் கடமையாற்ற வேண்டும்.

இந்தியாவின் அனைத்து மாநிலங்களிலும் நிகழ்ந்த பள்ளி மாணவர்கள் தற்கொலை குறித்த புள்ளி விவரங்களின்படி மாணவர்கள் தற்கொலையில் தமிழகம்தான் முதலிடத்தில் உள்ளது. இன்றைய கல்விமுறையின் கட்டாயங்களுடன் இணைந்து செல்ல முடியாததால் ஏற்படும் மனஅழுத்தம் குறிப்பிட்ட காலத்திற்குப் பிறகு மனச்சோர்வாக மாறுகிறது. மனச்சோர்வு ஒரு கட்டத்தில் போதைப் பழக்கத்திற்கும், மதுவுக்கும் மாணவர்களை அடிமையாக்குகிறது. மனச்சோர்விலிருந்து மதுவும், போதைப்பொருட்களும் நிம்மதி அளிப்பதாகக் கருதும் மாணவர்கள், ஒரு கட்டத்தில் அவற்றுக்கு அடிமையாகிவிடுவதால் கூடுதல் அழுத்தத்திற்கு ஆளாகி தற்கொலை செய்துகொள்ள முற்படுகின்றனர். மது மற்றும் போதைக்கு அடிமையாகும் மாணவர்களில் 15 சதவீதத்தினர் தற்கொலை செய்து கொள்வதாக மருத்துவப் புள்ளிவிவரங்கள் கூறுகின்றன.

இன்றைய கல்வியும் பெற்றோர்களின் வளர்ப்புமுறையுமே மாணவர்களின் மாறுபட்ட மனநிலைக்குக் காரணம். அறிவையும்

தெளிவையும் ஏற்படுத்த வேண்டிய கல்விமுறை மாணவர்களை மனஅழுத்தத்திற்கு உள்ளாக்கி உலகைவிட்டே வெளியேற்றுவது வருந்தத்தக்கது; அதிர்ச்சி அளிக்கக்கூடியது. தன்னிடம் பயிலும் மாணவர்கள் நல்லவர்களாக வளர வேண்டும் என ஆசிரியர்கள் ஆசைப்படுகிறார்களே தவிர, அவர்கள் உயிரை இழக்க வேண்டும் என்று யாரும் நினைப்பதில்லை. இன்றைய சூழ்நிலையில் ஆசிரியர்களின் கை கட்டப்பட்டுவிட்டது என்பதை முழு மனதுடன் ஒப்புக்கொள்ள வேண்டும். தனியார் பள்ளிகளில் ஆசிரியர்களுக்கு பணிப்பாதுகாப்பு இல்லை. அரசுப் பள்ளி ஆசிரியர்களை அதிக சம்பளம் வாங்கிக்கொண்டு ஏமாற்றும் மானிடப் பதர்களாகவே இந்த சமூகம் பார்க்கிறது. ஆனால், இவை எதுவுமே நூறு சதவீதம் உண்மை இல்லை.

இன்றைய நவீன உலகின் வேகமான ஓட்டத்தில் வேறு வழியே இன்றி பள்ளிகள் ஆசிரியர்களுக்கு அழுத்தம் கொடுக்க, ஆசிரியர்கள் மாணவ மாணவிகளுக்கு அழுத்தம் தருகிறார்கள். ஆனால், அதன் நோக்கத்தை சரியாகப் புரிந்துகொள்ள வேண்டியது மாணவர்களின் பொறுப்பு. அதற்கு பெற்றோர்களும் உதவ வேண்டும். கல்வி முறையில் மாற்றம் செய்யவேண்டிய காலகட்டம் வந்துவிட்டதையே இது காட்டுகிறது. வணிகம் சார்ந்த கல்விமுறை ஆகிவிட்டாலும் அதிலும் கூட அறிவு சார்ந்த கல்விக்கு முக்கியத்துவம் அளிக்க வேண்டும்.

மாணவர்களுக்கு மனஅழுத்தம் ஏற்பட சமூகக் காரணங்கள், உளவியல் காரணங்கள், மரபுவழிப் பிரச்னைகள் என பல காரணங்கள் இருந்தாலும் அவற்றையெல்லாம் விட முதன்மையானது கல்வி சார்ந்த பிரச்னைகள்தான். ஆந்திரா, தெலுங்கானா, கேரளா ஆகிய மாநிலங்களில் மிக எளிமையான, அதேநேரத்தில் சிந்தனையைத் தூண்டும் கல்விமுறை இருப்பதால் அங்கு மாணவர்கள் தற்கொலை எண்ணிக்கை மிகவும் குறைவாக உள்ளது. தமிழ்நாட்டில் கல்வி என்பது திணிக்கப்படும் ஒன்றாகவும், எந்திரத்தனமாகவும் மாறி விட்டதுதான் மாணவர்கள் தற்கொலை அதிகரிக்கக் காரணம் என்று ஆய்வு முடிவுகள் தெரிவிக்கின்றன.

மாணவர்களின் வயதுக்குரிய இயல்புகளை அனுபவிக்க விடாமல் அவர்களை மதிப்பெண் எடுக்கும் இயந்திரங்களாக மாற்றி, எந்த நேரமும் படிக்குமாறு கட்டாயப்படுத்தப்படுவதுதான்

மாணவர்களிடையே மிக அதிகமாக மனஅழுத்தத்தை ஏற்படுத்துகிறது. 11வது படிக்கும்போது 12வது வகுப்புப் பாடத்தைப் படிக்க வைப்பது போன்ற செயல்களும் மாணவர்களிடையே இனம் புரியாத பயத்தை ஏற்படுத்திவிடுகின்றன.

பாரதியார் கூறியதைப்போல் காலையில் படிக்கவும், மாலையில் விளையாடவும் மாணவர்களுக்கு நேரம் கிடைக்கவில்லை. தினமும் ஒரு மணி நேரம் விளையாட்டுக்கும், ஒரு மணி நேரம் நீதிபோதனைக்கும் ஒதுக்கப்பட வேண்டும். ஆனால், இன்றோ அந்த நிலை மாறி அந்த நேரமும் மற்ற பாடங்களுக்கு ஒதுக்கப் படுவதோடு பள்ளி நேரத்திற்குப் பிறகும் படிப்பு திணிக்கப்படுகிறது. அதுவும் அனுபவிக்கத்தக்கதாக இல்லை என்பதுதான் சிக்கலுக்குக் காரணம்.

ஒருகாலத்தில் பெற்றோர்கள் குழந்தைகள் வளர்ப்பில் மிகுந்த பொறுப்புடனும் தனி கவனத்துடனும் இருந்தனர். குடும்ப உறவு முறைகளில் ஒரு பிடிப்பு இருந்தது. அனைவரும் ஒற்றுமை மனப்பான்மையுடன் இருந்தனர். மாணவர்களுக்கு ஒரு பிரச்னை ஏற்பட்டால் அதை உடனடியாக தனது குடும்ப உறுப்பினர்களுடன் ஆலோசித்து தீர்வு காண முடிந்தது. ஆனால், இன்றோ மாணவர்களுக்கும் பெற்றோர் உள்ளிட்ட உறவினர்களுக்கும் ஆசிரியர்களுக்குமிடையே ஓர் இடைவெளி ஏற்பட்டுள்ளது. இதனால் மாணவர்கள் சிறு பிரச்னைகளைக்கூட சமாளிக்க முடியாமல் திணறுகின்றனர்.

பெற்றோர் முதல் ஆசிரியர்கள், உறவினர்கள், நண்பர்கள் என அனைவரும் தன்னைக் குற்றம் சொல்வதாக மாணவர்கள் கருதுகிறார்கள். தன்னுடைய எதிர்கால நன்மைக்காகவே இவர்கள் அனைவரும் அப்படிச் சொல்கிறார்கள் என்பதை அவர்கள் புரிந்துகொள்ள வேண்டும். ஆலோசனைகளைக் கேட்டு எடுத்துக்கொள்கிற மனப்பக்குவத்தை மாணவர்கள் வளர்த்துக்கொள்ள வேண்டும். தோல்விகளைச் சகித்துக்கொள்ளும் மனப்பக்குவம் பெற வேண்டும். வாழ்க்கைக்குத் தேவையான கல்வி வீட்டிலும் பள்ளிகளிலும் பயிற்றுவிக்கப்பட வேண்டும்.

வளரிளம் பருவத்தில் உள்ள பிள்ளைகள் எது சரி, எது தவறு என்று புரிந்துகொள்ள முடியாமல் முடிவெடுப்பதில் அதிகம்

சிரமப்படுவார்கள். இதுபோன்ற நேரங்களில் பெற்றோர்கள் அவர்களுடன் அமர்ந்து நேரம் ஒதுக்கி அவர்களுடன் பேச வேண்டும். அதேபோல ஆசிரியர்களும் மாணவர்களின் அணுகுமுறை எப்படி இருக்கிறது என்பதை அவ்வப்போது கண்காணிக்க வேண்டும். சிறந்த மாணவர்களை உருவாக்கி வெளி உலகுக்கு அடையாளம் காட்டும் ஆசிரியர்கள் உரிய வகையில் அங்கீகரிக்கப்பட வேண்டும். அவர்களுக்கான பணிச்சுமை குறைந்தால் மட்டுமே மாணவர்களின் உளவியல் சிக்கலுக்கு ஆசிரியர்கள் தீர்வு காண முடியும்.

அடலசன்ட் (Adolescent) எனப்படும் விடலைப்பருவத்தில் நுழையும்போது, மனதில் பல்வேறு குழப்பங்கள் எழும். அந்தக் குழப்பங்களைத் தெளிவான முறையில் தீர்க்க வேண்டியது அவசியம். அப்படி இல்லாவிட்டால் கோபம், பயம், வன்மம், ஆத்திரம் போன்றவை ஏற்படும். இதையெல்லாம் வளரவிட்டால் அது தற்கொலைக்கு அவர்களை இட்டுச் செல்லும். மாணவர்களுக்கு வாழ்க்கையை கற்பிக்கும் முறையை ஆசிரியர்களும் பெற்றோர்களும் சேர்ந்து செய்ய வேண்டும். அவர்கள் வழியிலேயே சென்று அவர்களுக்கு அதை உணர்த்த வேண்டும்.

❋ ❋ ❋

# 18

## *பதின்மவயதுப் பிரச்னைகள்!*

டீன்-ஏஜ் எனப்படும் பதின்மவயதை இரண்டும் கெட்டான் வயது என்று சொல்வார்கள். ஆண், பெண் என இரு பிள்ளைகளுக்குமே இது பொருந்தும். ஆனாலும் இந்த வயதில் பெண்பிள்ளைகளை விட ஆண்பிள்ளைகள் படும் அவஸ்தைகள் கொஞ்சம் வித்தியாசமானவை. அவற்றை விசித்திரமானவை என்றுகூட சொல்லலாம். குறிப்பாக பள்ளிக்கூடங்களில் பயிலும் பிள்ளைகள் ஏழாம் வகுப்பைத் தாண்டி எட்டாம் வகுப்பில் காலடி எடுத்து வைத்துவிட்டால் போதும். தனக்குத்தான் எல்லாம் தெரியும் என்பது மாதிரியே நடந்துக்கொள்வார்கள். ஆனால், அடிப்படையில் அவர்களுக்கு எதுவும் தெரியவில்லை என்பதே உண்மை!

மாணவர்களைப் பார்த்தால் அதிக வளர்ச்சி அடைந்தவர்களைப்போல், வெளிதோற்றத்தில் முரடர்களாய்த் தெரிவார்கள். ஆனால் உள்ளுக்குள் சிறு பிள்ளைகளாகவே இருப்பார்கள். கூச்சம் அல்லது வெட்கம் அதிகமாக இருக்கும். யாரையும் மதிக்காமல் பெரிய மனிதர்கள் மாதிரி நடந்துகொள்வார்கள். ஆனால் யாராவது நம்மிடம் அன்பு காட்டமாட்டார்களா என்று உள்ளுக்குள் ஏங்குவார்கள்.

பெண்பிள்ளைகளை எளிதாகக் கையாளும் ஆசிரியர்களால் ஆண்பிள்ளைகளை அவ்வளவு எளிதில் கையாள முடிவதில்லை. காரணம், இயல்பிலேயே ஆண்களைப் பற்றிய அடிப்படை புரிதல் குறைவாக இருப்பதுதான். குறிப்பாக ஆசிரியைகளுக்கு இது மிகவும் பொருந்தும். ஆண்பிள்ளைகளை மற்ற மாணவ மாணவிகள் எதிரில் கண்டித்தாலோ திட்டினாலோ தன்னை அவமதித்துவிட்டதாக கருதுகிறார்கள். ஒருசிலர், ஆசிரியர் என்று கூடப் பார்க்காமல் பழி வாங்கத் துடிப்பதும் அதனால்தான். பெண்பிள்ளைகளை விட ஆண்பிள்ளைகளுக்கு கோபத்தைக் கட்டுப்படுத்தும் குணம் சற்று குறைவுதான்.

இயல்பாகவே பெண்பிள்ளைகள் படிப்பில் கெட்டிக்காரர்களாய் இருப்பதோடு, ஆசிரியரின் முகத்தைப் பார்த்தே அவரை எப்படிக் கையாள்வது என்று தெரிந்துகொள்கிறார்கள். ஆனால், ஆண்பிள்ளைகளோ பிறரைவிட தான் உயர்ந்தவன் என்று காட்டிக்கொள்ளவும், ஆதிக்கம் செலுத்தவும் முயன்று தோற்றுப் போகிறார்கள்.

அதனால்தான் ஆண்பிள்ளைகள் எந்த நேரமும் ஓர் அலுப்போடும், எதிலுமே ஈடுபாடில்லாத மந்த நிலையோடும் எந்நேரமும் விளையாட்டில் மட்டும் ஈடுபாட்டோடும் இருக்கிறார்கள். மற்ற விசயங்களில் அலட்சியமும் மெத்தனப் போக்கும் மேலோங்கி நிற்கும். அது மட்டுமல்ல, பருவ வயதில் கூடுதலாய் மனரீதியாக சில மாறுபாடுகளும் ஏற்படுகின்றன. மனச்சோர்வு, பதற்றம், சமூக அச்சம் போன்றவற்றின் காரணமாக தீய பழக்கங்கள் தொற்றிக்கொள்கின்றன. குடும்பச் சூழலைப் பொறுத்தும் ஆண்பிள்ளைகளின் மனநிலை வேறுபடும்.

பல புறக் காரணங்களாலும் அகக் காரணங்களாலும் கொநிலையில் இருக்கும் ஒரு மாணவனை, பெற்றோரும் ஆசிரியர்களும் எப்படிக் கையாள வேண்டும் என்பது மிகவும் முக்கியம். 'நீ எல்லாம் எதுக்கும் லாயக்கு இல்லை!' என்று அவமானகரமான வார்த்தைகளைப் பேசினாலோ, எல்லாரும் பார்க்கும்படி கிண்டல் செய்தாலோ, தண்டனைகளைக் கொடுத்துத் திருத்த முயன்றாலோ 'எல்லார் முன்னாடியும் மானத்தை வாங்கிவிட்டாங்களே!' என்று பெரும் மனஉளைச்சலுக்கு மாணவன்

ஆளாகிறான். இயலாமை காரணமாக ‘இனி இழக்க எதுவுமில்லை’ என்று நினைத்துக் கோபத்தை பிறர் மீது காட்டுகிறான்.

எனவே, ஆண், பெண் என்ற பாகுபாடில்லாமல் இருபாலரையும் எப்போதும் கௌரவமாகவே நடத்த வேண்டும். அவமானப்படுத்துவது போன்ற செய்கைகளில் ஈடுபடக்கூடாது. ஆண்பிள்ளைகளைப் பொறுத்தவரை ‘உனக்கு தெரியாதது இல்லை, ஏன் செய்யல? இனிமேல் சரியாகச் செய்’ என்று எடுத்துச் சொல்ல வேண்டும். அவமானகரமான தண்டனைகளைத் தராமல் பக்குவமாய் எடுத்துக் கூறி திருத்த வேண்டும். தண்டனைகள் அவனை மேலும் முரடனாக்கிவிடும். தோழமையாய், செல்லமாய், நகைச்சுவையாகப் பேசினால் மட்டுமே ஆண்பிள்ளைகளை கவனம் செலுத்த வைக்க முடியும். ரொம்பவும் சீரியஸாய் பேசினால் அவர்களுக்குப் பிடிக்காது.

ஒரு மாணவனுக்கு ஏதாவது தெரியவில்லை என்றால், குறைபாடு இருந்தால் அவனை பிறர் எதிரில் விட்டுக்கொடுக்காமல் பேசிவிட்டு, பிறகு தனிமையில் நாசூக்காய் புரியவையுங்கள். மாணவர்களின் பிரச்னைகளுக்கு அவர்கள் மட்டும் காரணம் அல்ல. ஒருவிதமான அதீத எண்ணத்தை மூளையில் வைத்துக்கொண்டு பள்ளிப்பாடம் படிப்பது சற்றே சிரமமான செயல்தான். அதிலும், ஊர் சுற்றாமல், ஓய்வுநேரத்தில் பாடத்தில் கவனமாக இருக்கும், அறிவுக்கூர்மை மிகுந்த பெண்மாணவியரோடு போட்டியிடுவது கொஞ்சம் கடினம்தான். ஆனாலும், அனைத்து மாணவர்களையும் அரவணைத்து அழைத்துச் சென்று, இந்தச் சமூகத்தில் நல்லவர்களாக இணைப்பதுதான் ஓர் ஆசிரியரின் நற்பணி.

❋ ❋ ❋

# 19

## விடாமுயற்சியும் தன்னம்பிக்கையும்

மாணவ மாணவிகள் எப்போதும் நம்மால் முடியும் என்ற நம்பிக்கையோடு வெற்றியை நோக்கி உழைக்க வேண்டும். நம்மால் முடியாது என்ற எண்ணமோ, சுயபச்சாதாபமோ ஒருபோதும் வந்துவிடக் கூடாது. எத்தனை முறை தோற்றாலும் அடுத்த முறை வெற்றி பெற்றுவிடலாம் என்ற தன்னம்பிக்கையோடு முயற்சிக்க வேண்டும். இல்லாவிட்டால், எவ்வளவு திறமை இருந்தும் பயன் இல்லாமல் போய்விடும்.

உருவத்தில் மிகப்பெரிய, பலம் மிக்க யானையை ஒரு சிறு கயிறு அல்லது சங்கிலியைக் கொண்டு ஒரே ஒரு காலில் மட்டும் கட்டி வைத்து எப்படிக் கட்டுப்படுத்த முடிகிறது என்று யானைப் பாகனிடம் கேட்டார்களாம். அதற்கு அந்த பாகன் சொன்னது இதுதான்; 'யானை குட்டியாக இருக்கும்போது கயிற்றைக் கொண்டு ஒரு காலில் கட்டிவைத்துவிடுவோம். அப்போது அது முண்டியடித்து கயிற்றை அறுக்கப் பார்க்கும்... ஆனால், அது குட்டியாக இருப்பதால் கயிற்றை அறுக்க முடியாது. தினந்தோறும் அதேபோல முயற்சி செய்து பார்த்து முடியாமல் தோற்றுப் போய்விடும்.

ஒரு கட்டத்தில் நம்மால் இந்தக் கயிற்றை அறுக்கவே முடியாது என்ற மனநிலைக்கு யானை

வந்துவிடும். அதுவே வளர்ந்து பெரிய யானையாக ஆன பிறகும் அந்த எண்ணம் மாறாமல் அப்படியே இருப்பதால் கயிற்றை அறுக்க யானை ஒரு சிறு முயற்சிகூட செய்யாது. அதுதான் மனிதர்களுக்கு சாதகமாக ஆகிவிடுகிறது. அவ்வளவு பெரிய யானையையும் மனிதர்களால் அடக்கி ஆள முடிகிறது என்றால், அது மனிதனின் பலமல்ல... முயற்சியைக் கைவிட்ட யானையின் பலவீனம்!'

எவ்வளவு திறமையும், பலமும் இருந்தாலும் நம்மால் முடியாது என்ற எண்ணத்தோடு முயற்சி செய்யாமல் தன்னம்பிக்கை இழந்து கிடந்தால் வெற்றி பெறமுடியாது என்பதற்காகச் சொல்லப்படும் கதை இது.

அதேநேரத்தில் தன்னம்பிக்கையோடு விடாமுயற்சி செய்தால் கண்டிப்பாக வெற்றி கிட்டும் என்பதற்கு நம் கண் முன்னால் பார்க்கும் ஓர் உதாரணம்... கலோனல் ஹார்லன் சான்டர்ஸ் கதை.

பள்ளிப் படிப்பை (ஏழாம் வகுப்பு) பாதியிலேயே கைவிட்ட ஹார்லன் சான்டர்ஸ், எவ்வளவோ முயற்சிகள் செய்தும் ஒவ்வொரு முறையும் அவருக்கு கசப்பான அனுபவமே ஏற்பட்டது. தனது 40ஆவது வயதில் அவர் வறுத்த கோழிக்கறி விற்பனை செய்யத் தொடங்கினார். சங்கிலித் தொடராய் உணவு விடுதிகள் தொடங்கி நடத்த வேண்டும் என்ற அவரது கனவு அப்போதும் முழுமையாக நிறைவேறவில்லை. பின்னர் தனியுரிமைக் கிளை (Franchise) கொடுக்க முயன்றபோதும் தோல்வியே மிஞ்சியது. அவரது கோழிவறுவல் முறை ஆயிரத்துக்கும் மேற்பட்ட முறைகள் தோல்வியையே சந்தித்தன. ஆனாலும் அவர் தனது முயற்சியைக் கைவிடவில்லை. அதனைத் தொடர்ந்து அவரது கோழிக்கறி தயாரிப்பு முறை ரகசியம் உலகளாவிய அளவில் மிகப் பெரும் வெற்றி பெற்றது. விளைவு... கே.எப்.சி. எனப்படும் கெண்டகி ப்ரைடு சிக்கன் உலகளாவிய அளவில் புகழ் பெற்று 2 மில்லியன் அமெரிக்க டாலர் அளவுக்கு விற்பனையானது. அதன் நிறுவனர் ஹார்லன் சான்டர்சின் உருவப் படம் லோகோவில் இடம்பெற்று புகழ் பெற்று விளங்குகிறது. உலகம் புறக்கணிக்கிறது என்பதற்காக நம்முடைய முயற்சிகளை நிறுத்தக் கூடாது. வெற்றி கிட்டும் வரை முயற்சிகளை கைவிடக் கூடாது. அப்படிச் செய்தால் வெற்றி கிட்டும் என்பதற்கான உதாரணம்தான் கே.எப்.சி. உரிமையாளரின் கதை.

வாழ்க்கையில் வெற்றி பெற கடின முயற்சி அவசியம். சில நேரங்களில் கடின முயற்சி மட்டுமே போதாது. நேரத்திற்கும் சூழ்நிலைக்கும் ஏற்றவாறு சிந்தித்து சரியான முடிவெடுக்க கூடிய திறமை வேண்டும். இதற்கும் ஓர் எளிய கதையின் மூலம் உதாரணம் கூற முடியும்.

ஒரு நகரத்தில் இருந்த வணிகர் ஒருவர், ஒரு பெரும் பணக்காரரிடம் தன்னுடைய வியாபாரத்தை பெருக்குவதற்காக அதிக கடன் வாங்கி இருந்தார். ஒருகட்டத்தில் கடன் தொகை கழுத்தை நெரிக்கும் அளவுக்குச் சென்றுவிட்டது. அப்போது, அந்தப் பணக்காரர், 'ஒன்று பணத்தைக் குறிப்பிட்ட நாளுக்குள் திருப்பிக் கொடு, இல்லாவிட்டால் உன்னுடைய மகளை எனக்குத் திருமணம் செய்துகொடு!' என்று கறாராக கூறிவிட்டார். வணிகரின் மகள் மிகவும் அழகானவள், பணக்காரரோ கொடூரமான முகத் தோற்றம் கொண்டவர். 'என்னுடைய அழகிய மகளை எப்படி உனக்குத் தர முடியும்?' என வணிகர் கேட்க, பிரச்னை பெரிதாகி கடைசியில் பணக்காரர் ஒரு வழியைச் சொல்கிறார்.

அதாவது 'தரையில் கிடக்கும் கூழாங்கற்களில் இருந்து இரண்டு கற்களை நான் இரண்டு கைகளிலும் எடுப்பேன். என் கையில் இருக்கும் கல்லில் இருந்து ஒரு கல்லை உன் மகள் தேர்ந்தெடுக்க வேண்டும். உன் மகள் வெள்ளை நிறக் கல்லைத் தேர்ந்தெடுத்தால் உன்னுடைய கடன்கள் அனைத்தையும் ரத்து செய்வதோடு உன் மகளையும் விட்டுவிடுவேன். ஆனால், அவள் கருப்பு நிறக் கல்லைத் தேர்ந்தெடுத்தால் கடன்களை ரத்துசெய்து விடுவேன், ஆனால், உன் மகளை நான் திருமணம் செய்து கொள்வேன்!' என்று கூறி விட்டார்.

வணிகரும் அவரது மகளும் இந்த நிபந்தனைகளுக்கு ஒப்புக் கொண்டனர். அந்த இடத்தில் தரையில் பெரும்பாலும் கருப்பு நிறக்கற்களே அதிகம் கிடந்தன. அப்போது கீழே குனிந்து இரண்டு கூழாங்கற்களை எடுத்த அந்த பணக்காரர் இரண்டு கைகளிலும் கருப்புக் கற்களையே எடுப்பதை வணிகரின் மகள் பார்த்து விடுகிறாள். இப்போது... என்ன செய்வதென்று அவளுக்குப் புரியவில்லை. எந்தக் கையையும் தொட முடியாது என்று சொல்லிவிட்டால், தந்தை வாங்கிய கடனை உடனடியாகத் திருப்பிக் கட்டியாக வேண்டும். எந்தக் கையைத் தொட்டாலும் கடன் ரத்தாகிவிடும், ஆனால்,

அவனை திருமணம் செய்துகொள்ள வேண்டும். இக்கட்டான இந்த சூழ்நிலையில் வணிகரின் மகள் என்ன செய்தாள் தெரியுமா?

சிறிது நேரம் ஆழ்ந்து சிந்தித்த அவள், அந்தப் பணக்காரரின் ஒரு கையில் உள்ள கல்லை வேகமாக எடுக்கிறாள். அப்போது கையிலிருந்த கல்லை அவர் பார்க்கும் முன்னே வேண்டுமென்றே தவறவிடுகிறாள். இப்போது, கீழே கிடந்த கற்களில் அவள் எடுத்த கல் எது என்பது தெரியவில்லை. எல்லா கற்களும் ஒரே நிறத்திலேயே இருந்தன. அப்போது, வணிகரின் மகள் ஒரு யோசனை கூறினாள். 'பணக்காரரின் கையில் உள்ள கல் என்ன நிறம் என்று பார்ப்போம். அது என்ன நிறம் என்பது தெரிந்துவிட்டால், என் கையில் இருந்து தவறி விழுந்த கல் என்ன நிறம் என்பது தெரிந்துவிடும்!' என்றாள். வேறு வழியின்றி பணக்காரரும் கையைத் திறந்து மீதமிருந்த ஒரு கல்லின் நிறத்தை காட்டினார். அதில் கருப்பு வண்ணக் கல் இருந்தது. 'அப்படியானால் நான் எடுத்தது வெள்ளை நிறக் கல்!' என்று உடனடியாகக் கூறினாள். வேறு வழியின்றி பணக்காரரும் ஆம் என்று ஆமோதிக்க... தந்தையின் கடனும் ரத்தானது, அவளது வாழ்க்கையும் தப்பியது.

சூழ்நிலைக்கு ஏற்றார்போல் சமயோசிதமாக சிந்தித்துச் செயல்பட்டால் எத்தனை பெரிய சிக்கலையும் எளிதில் தீர்க்கலாம் என்பதற்கு இதுவே சிறந்த உதாரணமல்லவா.

திட்டமிடல், விடாமுயற்சி, துணிவு, மனம் தளராமை ஆகியவை இருந்தால் எந்தத் துறையிலும் சாதிக்கலாம். பிள்ளைகளின் திறமையை வெளிக்கொணர பெற்றோர்களால் மட்டுமே முடியும். அவர்களை கல்வியில் சிறந்து விளங்கச் செய்வதோடு கட்டுப்பாடுகளையும் கற்றுக் கொடுக்க வேண்டும். பிள்ளைகளுக்கு நமது கலாசாரம், பண்புகளைச் சொல்லி அன்பாக வளர்க்கும்போது, எல்லாரும் அவரவர் சார்ந்த துறையில் கண்டிப்பாகச் சாதிக்க முடியும்.

இதற்குத் திட்டமிடல் தேவை. விடாமுயற்சி வேண்டும். சில தோல்விகளைக் கண்டு துவண்டுவிடாமல் மனம் தளராமை வேண்டும். குழந்தைகளின் முன்னேற்றம் அவர்களின் இல்லத்தில் இருந்து ஆரம்பிக்கிறது என்று சொல்வதைவிட பெற்றோர்களின் உள்ளத்தில் இருந்து ஆரம்பிக்கிறது என்றுதான் சொல்ல வேண்டும்.

பெற்றோர்களாகிய நீங்கள் உங்கள் பிள்ளைகளுடைய திறமை என்ன என்பதைக் கண்டுபிடிக்க வேண்டும். கண்டுபிடித்துவிட்டால் வெற்றி உங்களுக்குத்தான். இதன் மூலம் வெற்றியைத் தேடி அலைவதைவிட வெற்றி நம்மைத் தேடிவரும் நிலையை ஏற்படுத்த முடியும்.

பெற்றோர்கள் பிள்ளைகளுக்கென குறிப்பிட்ட நேரம் ஒதுக்க வேண்டும். சமைப்பது, மெகா சீரியல் பார்ப்பது என்பது உங்களுக்கான நேரம் கிடையாது. உங்களுக்கான நேரம் என்பது பிள்ளைகளுடன் சிரித்துப் பேசுவது. பாடல் கேட்பது, நடைப்பயிற்சி மேற்கொள்வது போன்றவைதான். இவைதான் நீண்டகாலத்தில் உங்களுக்கு மன நிம்மதியைத் தரும்.

பெரும்பாலான குடும்பங்களில் இளைய தலைமுறையிடம் மூத்தவர்கள் அதிகம் பேசுவதில்லை. கல்வி, பழக்க வழக்கம், வாழ்க்கை முறை பற்றி மட்டுமே பிள்ளைகளுக்கு பெற்றோர்கள் கடுமையான உத்தரவு போட்டு கற்பிக்கிறார்கள் அல்லது அறிவுறுத்துகிறார்கள். அவர்களிடம் மனம்விட்டுப் பேசுவதில்லை. இந்த நிலை மாற வேண்டும்.

ஒரு பிரச்னையை மனதில் நிறுத்திக்கொண்டே இருப்பது, தேவையின்றி கடந்த கால நிகழ்வுகளை நினைவுபடுத்துவது ஆகியவை பிள்ளைகளுக்கு மன அழுத்தத்தைத் தரும். நிகழ்காலத்தை சந்தோஷமாக வைத்துக்கொள்ள வேண்டும்.

நேர மேலாண்மையைச் சரியாக வைத்துக்கொண்டால் பல பிரச்னைகள் குறையும். எண்ணங்களைச் சரிசெய்தால் போதும். எதிர்மறை சொற்கள், நேர்மறை சொற்கள் நமது மனதில் தாக்கத்தை ஏற்படுத்தும். 'உன்னால் முடியும்!' என்ற நம்பிக்கையான வார்த்தைகளை மனதுக்குள் நினைக்கக் கற்றுக்கொள்ள வேண்டும். நம்மால் முடியாத காரியத்தை நமது மனது நினைத்தால் முடிக்க முடியும்.

***

20

# வழிகாட்டும் பின்லாந்து

உலகில் பிறக்கும் அனைத்துக் குழந்தைகளும் கற்கும் திறனுடன்தான் பிறக்கின்றன. அப்படிப்பட்ட திறன் மீதான நம்பிக்கையின் அடிப்படையில்தான் உலக நாடுகளில் வலிமையான சமுதாயம் கட்டமைக்கப்பட்டு வருகிறது. மற்ற நாடுகளுடன் ஒப்பிடும்போது நம் நாட்டு குழந்தைகளுக்கு, கருவில் இருக்கும்போதே கற்றல் தொடங்கிவிடுகிறது. இளம் சிறார்களின் வளர்ச்சியைச் செதுக்குவதில் பள்ளிக்கல்விக்கு முந்தைய மழலையர் கல்வி பெரிதும் பயன்படுவதாக நம் நாட்டில் நம்புகிறார்கள். அந்த வயதில்தான் அவர்களிடம் அனைத்தையும் ஏற்றுக்கொள்ளும் மனப்பக்குவம் இருக்கும் என்ற நம்பிக்கையும் இதற்குக் காரணம். செயல்முறையிலும் அது வெற்றிகரமானதாகவே இருக்கிறது என்பதால் பெரும்பாலானோர் இரண்டரை வயதிலேயே மழலையர் வகுப்பில் குழந்தைகளைச் சேர்த்துவிடுகிறார்கள்.

மழலையர் வகுப்புக்கு முன்னால் பிளே ஸ்கூல் என்ற ஒன்றும் இப்போது வந்துவிட்டது. கருவில் இருந்து வெளிவந்த உடனேயே கற்றலுக்கான துடிப்புடன்தான் இன்றைய குழந்தைகள் வளர்க்கப்படுகின்றன. இவையெல்லாம் ஒரு பக்கம் இருந்தாலும், நம்நாட்டில்

கல்விக்காக குழந்தைகளைக் கசக்கிப் பிழிகிறோம் என்பதை ஒப்புக்கொண்டுதான் ஆக வேண்டும்.

அந்த வகையில், உலகிலேயே மகிழ்ச்சியாக இருக்கும் குழந்தைகள் யார் தெரியுமா? பின்லாந்து நாட்டைச் சேர்ந்த குழந்தைகள்தான். அமெரிக்க மாணவர்கள் கற்பதற்கு அதிக நேரம் செலவிடுவதில்லை. ஆனால், இந்தியா மற்றும் சீன மாணவர்கள் கற்பதற்கு அதிக நேரம் செலவிடுகிறார்கள். பின்லாந்தைப் பொறுத்தவரை கற்பதற்கு அதிக நேரம் செலவழிப்பது தேவையில்லாதது என்பதே மாணவர்கள் மற்றும் ஆசிரியர்களின் கருத்து. தாங்கள் யார்? தங்களால் என்ன முடியும்? என்பதை மாணவர்கள் அறிந்துகொள்ள மட்டுமே கல்விக்கூடங்கள் உதவ முடியும் என்பது பின்லாந்து கல்வியாளர்களின் கருத்து. பொதுவாகவே பின்லாந்து மக்கள் எளிமையாக அதே நேரம் வசதியாக வாழ்பவர்கள். அவர்களுடைய வீடுகள் சிறியவையாகவே இருக்கும், ஆனால், எல்லா நவீன வசதிகளையும் உள்ளடக்கி இருக்கும். என்ன பொருள் தேவையோ அதைமட்டுமே அவர்கள் வாங்குகிறார்கள். மிதமிஞ்சிய நுகர்வு என்பது அவர்களிடம் கிடையாது. இதைத்தான் கல்வி முறையிலும் அவர்கள் பின்பற்றுகிறார்கள்.

குழந்தைகள் நல அமைப்பான யுனிசெஃப் ஆண்டுதோறும் புள்ளி விவரம் ஒன்றை வெளியிடுகிறது. அதன்படி பின்லாந்து நாட்டிற்கு கல்விச் சுற்றுலா மூலம் கிட்டத்தட்ட 30 சதவீத அந்நியச் செலாவணி கிடைக்கிறதாம். பின்லாந்து நாட்டு கல்வி முறை எத்தகையது? அந்த நாட்டின் கல்விக்கூடங்களில் என்ன நடக்கிறது என்று நேரில் பார்த்துத் தெரிந்துகொள்வதற்காக உலக நாடுகளில் இருந்து பின்லாந்து நோக்கிச் செல்லும் கல்வியாளர்களின் எண்ணிக்கை ஆண்டுக்கு ஆண்டு அதிகரித்து வருகிறது. அப்படி என்னதான் நடக்கிறது அந்த நாட்டின் பள்ளிக்கூடங்களில்..?

பின்லாந்தின் ஆட்சி அதிகார மொழியாக இருப்பது பினிஷ் என்ற மொழி. ஆனால், அந்நாட்டு ஆசிரியர்கள் பிரெஞ்ச் மற்றும் ஆங்கிலத்தில் சரளமாக உரையாடும் திறமையுடன் இருக்கிறார்கள். நம் நாட்டில் குழந்தை பிறப்பதற்கு முன்பாகவே பள்ளிக்கூடங்களில் பதிவுசெய்யும் கலாசாரம் வேகமாகப் பரவிவருகிறது. ஆனால், பின்லாந்தில் பிள்ளைகளை ஏழு வயதில்தான் பள்ளிக்கூடங்களில் சேர்க்கிறார்கள். 13 வயது வரை வகுப்பறைகளில் யார் முதலிடம்,

யார் இரண்டாவது இடம் என்று பகுக்கும் முறையோ, ரேங்க் கார்டு, பிராக்ரஸ் ரிப்போர்ட் என்று எந்த முறையும் கிடையாது. பெற்றோர் தனிப்பட்ட முறையில் விண்ணப்பித்து கேட்டுக்கொண்டால் மட்டும் குழந்தையின் திறன் பற்றி கூறுவார்கள். தேர்வுகளே இல்லாத அந்நாட்டு கல்விமுறையில் அனைத்து வகையான குழந்தைகளும் ஒரே வகுப்பில் பயில்கின்றன. 10க்கும் மேற்பட்ட பாடப் புத்தகங்கள் இருக்கும், அதில் எதை வேண்டுமானாலும் குழந்தைகள் தேர்ந்தெடுக்கலாம். ஆனால், அதை தேர்ந்தெடுக்கும் உரிமை சம்மந்தப்பட்ட குழந்தைக்கு மட்டுமே உண்டு. இந்த விசயத்தில் பெற்றோர்கள்கூட எதுவும் சொல்ல முடியாது.

ஏழு வயதில் பள்ளிக்கூடத்திற்கு வரும் குழந்தைகளுக்கு 10 வயது வரை, அதாவது மூன்று ஆண்டுகளுக்கு வருடத்தில் பாதி நாள்களுக்கு மேல் விடுமுறைதான். பள்ளிக்கூட நாள்களில் விளையாட்டு, ஓவியம், இசை, உடற்பயிற்சி என இதர விசயங்களுக்குதான் முக்கியத்துவம். அதனுடன் படிக்கவும், எழுதவும் சிறிதளவு இடமளிக்கப்படும். எந்தவிதமான போட்டியும் இல்லாத கற்றல்முறை கொண்ட பின்லாந்து நாட்டில் கல்விக்கூடங்களை முழுக்க முழுக்க அரசாங்கம் மட்டுமே நடத்துகிறது. தனியார் பள்ளி கலாசாரமும், டியூசன் கலாசாரமும் அங்கு அறவே கிடையாது.

ஒரு பள்ளியில் 600 மாணவர்களுக்கு மேல் இருக்கக் கூடாது. ஓர் ஆசிரியருக்கு 20 மாணவர்களுக்கு மேல் இருக்க மாட்டார்கள். ஓர் ஆசிரியர், ஒரு நாளைக்கு 4 பாட வகுப்புகள் மட்டுமே எடுப்பார். ஆண்டுக்கு 600 மணி நேரங்கள் மட்டுமே அவர் வகுப்பு எடுப்பார். வகுப்பு இல்லாத நேரங்களில் மாணவர்களும் ஆசிரியர்களும் பள்ளிக்கூடத்தில் இருக்க வேண்டும் என்ற கட்டாயம் கிடையாது. தொடக்கநிலைக் கல்வியைப் பொறுத்தவரை ஒரு மாணவர் ஆறு ஆண்டுகளுக்கு ஒரே ஆசிரியரிடம்தான் கல்வி பயில்வார். இதனால் ஒவ்வொரு மாணவனின் கற்றல் வேகத்தையும் கண்டறிந்து அதற்கேற்ப ஆசிரியர்கள் நடந்துகொள்ள முடியும். மாணவர் ஆசிரியர் விகிதாசாரமும் கண்டிப்பாக மீறப்படாது. ஒரு சில பகுதிகளில் மாணவர் எண்ணிக்கை குறைவாக இருந்தாலும் பள்ளிகளை மூடமுடியாது. தேர்வுகளை அடிப்படையாகக் கொள்ளாத ஒரு கல்வி முறையில் இருந்து வரும் பின்லாந்தின் குழந்தைகள்தான் உலகளாவிய அளவில் நடைபெறும் தேர்வுகளில் முதலிடம் பெறுகிறார்கள் என்பது ஆச்சரியமான விசயம்.

பின்லாந்து நாட்டில் பள்ளிக்கூடங்களிலும் குழந்தைகள் வீட்டைப் போலவே உணர வேண்டும் என நினைக்கிறார்கள். அதனால், வகுப்பறைக்குள் பிள்ளைகள் காலணிகளை அணிந்து வருவதில்லை. இதனால் குழந்தைகள் மகிழ்ச்சியாகவும் இருக்கிறார்களாம். வீடுகளைப் போல் உணர வேண்டும் என்பதற்காக இதுபோன்ற சிறுசிறு விசயங்களில்கூட தனிக் கவனம் செலுத்துகிறார்கள். பள்ளிக்கூடங்களில் வீட்டுப்பாடம் என்று ஆசிரியர்கள் தனியாக எதுவும் தருவது கிடையாது. குழந்தைகள் எதை விரும்பிச் செய்கிறார்களோ அதுதான் வீட்டுப்பாடம். கரும்பலகை மற்றும் வாய்மொழி பயிற்றுவித்தல் முறையைத்தான் பெரும்பாலும் பின்பற்றுகிறார்கள். ஒவ்வொரு பள்ளியிலும் ஓய்வறை என்பது கண்டிப்பாக இருக்கும். படிக்கப் பிடிக்கவில்லை என்றாலோ, அல்லது சோர்வாக இருக்கிறது என்று ஒரு குழந்தை நினைத்தாலோ அந்த ஓய்வறைக்குச் சென்று ஓய்வெடுக்கலாம். குழந்தைகளின் ஆரோக்கியத்தை பேணுவதற்கு பள்ளிகளில் முக்கியத்துவம் கொடுக்கப்படுகிறது. ஒவ்வொரு குழந்தைக்கும் தனிப்பட்ட முறையில் மருத்துவ ஆலோசனைகள் வழங்குவதற்காக பள்ளிகளில் மருத்துவ ஆலோசகர்கள் கண்டிப்பாக இருக்க வேண்டும்.

கற்றலில் போட்டி கிடையாது என்பதால் தேர்வு, மதிப்பெண் போன்ற மன உளைச்சலும் குழந்தைகளுக்குக் கிடையாது. அமெரிக்கா போன்ற நாடுகளின் கல்வியாளர்கள் என்னதான் கேலியும் கிண்டலும் செய்தாலும், இன்றும் பின்லாந்து பள்ளிகளில் வகுப்பறைகள் கணினி மயமாக்கப்படவில்லை. வயதுக்கு மீறிய வேலைகளைச் செய்துவிட்டு அதை சாதனை என்று சொல்வதை அவர்கள் விரும்புவதுமில்லை, அனுமதிப்பதுமில்லை. தங்கள் நாட்டு கல்விமுறைதான் உலகிலேயே சிறந்தது என்றும் அவர்கள் சொல்வதில்லை. தங்கள் நாட்டைவிடச் சிறந்த கல்விமுறை உலகில் வேறு நாடுகளில் இருக்கக்கூடும் என்றே அவர்கள் கூறுகிறார்கள்.

மொத்தத்தில் குழந்தைகளை குழந்தைகளாக மட்டுமே நடத்துகிறது அந்நாட்டு கல்விமுறை. குழந்தைகளின் கல்வி முறை மிக எளிமையாக்கப்பட வேண்டும் என்பதற்காக ஆசிரியர்களுக்கான பயிற்சிகள்தான் அங்கு அதிகம். பின்லாந்தில் ஆசிரியராக இருப்பது என்பது நம் நாட்டில் ஐ.ஏ.எஸ், ஐ.பி.எஸ். அதிகாரிகளாக இருப்பதைவிட அதிக கடினமானது, பெருமையானது.

ஆசிரியர்களுக்கு வழங்கப்படும் ஊதியமும் அந்த அளவுக்கு அதிகமானதுதான். அந்த நாட்டின் அரசாங்கமும், வெளிவிவகாரம் தொடங்கி நிதிநிலை அறிக்கை தயாரிப்பது வரை உயர்நிலைக் குழுக்களில் ஆசிரியர்களைக் கட்டாயமாக இடம் பெறச் செய்கிறது. ஆசிரியர்களை அரசாங்கமும் முழுமையாக நம்புவதுதான் இதற்குக் காரணம். அந்நாட்டில் படிக்கும் மாணவர்களில் கூட ஐந்தில் ஒருவர் ஆசிரியர் ஆவதையே விரும்புகின்றனர். ஆனால், அங்கு ஆசிரியராவது அவ்வளவு எளிதான செயலல்ல. பல விதமான தேர்வுகள், ஆய்வுகளுக்குப் பிறகு கட்டாய ராணுவப் பயிற்சி, ஓராண்டுக்கு பள்ளிகளில் நேரடிப் பயிற்சி, குறிப்பிட்ட ஒரு பாடத்தில் மட்டும் திறனாக்கப் பயிற்சி, குழந்தைகள் உரிமை குறித்த பயிற்சி, பின்லாந்து நாட்டின் சட்டதிட்டங்கள் குறித்த பயிற்சி, தற்காப்பு பயிற்சி, முதலுதவி மற்றும் தீயணைப்பு பயிற்சி என பல்வேறு படிநிலைகளை தாண்டினால் மட்டுமே ஒருவர் ஆசிரியராக முடியும்.

உலக நாடுகளின் கல்வித்தரம் மற்றும் வேலைத்திறன் பட்டியலில் முதலிடத்தில் இருப்பது பின்லாந்துதான். இந்தியா அந்தப் பட்டியலில் நூறாவது இடத்தைத் தாண்டியே இருக்கிறது. கியூபா, வெனிசூலா உள்ளிட்ட நாடுகள் பின்லாந்து கல்வி முறையையே பின்பற்றுகின்றன. சிங்கப்பூரில் ஆசிரியர்கள் பாடம் நடத்துவதோடு மாணவர்களின் கலை இலக்கியத்தில் பங்களிப்பதும் கட்டாயம். பிரேசிலைப் பொறுத்தவரை கல்வி வகுப்பறை ஜனநாயகம் அடிப்படையிலானது. சீனா, ஜப்பான், கனடா, ரஷ்யா உள்ளிட்ட நாடுகளில் பாடப் புத்தகங்கள் கிடையாது. இங்கிலாந்தில் பாடப் புத்தகங்கள் இல்லை.

நம் நாட்டிலும் கல்வியின் தரத்தை உயர்த்துவது குறித்த ஆரோக்கியமான விவாதங்கள் நடத்தப்பட வேண்டும். பிற நாடுகளின் சிறந்த கல்வி முறையை நம் நாட்டுக்கு ஏற்றார்போல் மாற்றி கொண்டு வருவது தொடர்பான ஆய்வுகளுக்கு அரசு ஊக்கமளிக்க வேண்டும். அப்போதுதான், இப்போது இருப்பதைவிட இன்னும் தரமான, சுகமான கல்வி எதிர்கால சந்ததிக்குக் கிடைக்கும்.

❋❋❋

# 21

## கொரோனாவுக்குப் பின் குழந்தைகளின் கல்வி

**யா**ருமே எதிர்பாராத வகையில் 2019ஆம் ஆண்டு டிசம்பர் மாதம் சீனாவில் தோன்றிய கொரோனா வைரஸ் என்னும் பெருந்தொற்று உலக நாடுகளை ஆட்டிப்படைத்தது. இந்த நோய்க்கு கோவிட்19 என்று பெயரிட்ட அறிவியலாளர்கள், இது மிகப்பெரிய பாதிப்பை ஏற்படுத்தக்கூடும் என எச்சரித்தனர். அவர்களது கூற்றின்படி 2020ஆம் ஆண்டு ஜனவரி, பிப்ரவரி, மார்ச் என ஒவ்வொரு மாதமும் பல்வேறு நாடுகளுக்கும் பரவி பாதிப்பை ஏற்படுத்தத் தொடங்கிய இந்தக் கொரோனா நுண்மி, இந்தியாவிலும் 2020 மார்ச் மாத இறுதியில் காலடி எடுத்து வைத்தது.

வெளிநாட்டுப் பயணிகள் மூலம் நம் நாட்டுக்குள் கொரோனா வைரஸ் நுழைந்தாலும், அதன்பிறகு அனைத்து மாநிலங்களிலும் வேகமாகப் பரவத் தொடங்கியது. 2020ஆம் ஆண்டு மார்ச் மாதம் 22ஆம் தேதி நாடு முழுவதும் ஒருநாள் பொதுமுடக்கம் அறிவிக்கப்பட்டது. அதைத் தொடர்ந்து அடுத்த வாரமே 14 நாட்கள் பொதுமுடக்கம் அறிவிக்கப்பட்டது. அப்போதும் கொரோனா பெருந்தொற்று கட்டுக்கடங்காமல் பரவிக்கொண்டே இருந்ததால் தொடர்ந்து மாதக்கணக்கில் பொதுமுடக்கம் நீட்டிக்கப்பட்டது.

மக்கள் இதுவரை கண்டிராத வகையில் கடைகள், வணிக நிறுவனங்கள், அரசு மற்றும் தனியார் பள்ளிகள், கல்லூரிகள், அலுவலகங்கள் என அனைத்தும் அடைக்கப்பட்டன. பேருந்து, ரயில், விமானம் உட்பட அனைத்து வகையான போக்குவரத்துகளும் நிறுத்தப்பட்டன. சாலைகளில் பொதுமக்கள் நடமாட்டம் முற்றிலுமாக கட்டுப்படுத்தப்பட்டது. கிட்டத்தட்ட ஓராண்டு வரை இதே நிலை நீடித்தது.

பொதுமுடக்கம் என்பது இதுவரை பார்த்திராத புதிய அனுபவமாக இருந்ததால், மக்கள் பல வழிகளிலும் பாதிக்கப்பட்டனர். பொருளாதார ரீதியான பாதிப்பு, வேலை இழப்பு, வருமான இழப்பு மட்டுமல்லாமல் அடுத்தநாள் உயிர் பிழைத்திருப்போமா என்ற அச்சம் காரணமாக மன ரீதியான பாதிப்புகளும் ஏற்பட்டன.

பெரியவர்களுக்கே இப்படி என்றால், பள்ளிகளில் பயிலும் பிள்ளைகளின் நிலை எப்படி இருக்கும் என்று நினைத்துப் பாருங்கள். ஓராண்டு காலம் அவர்களது கல்வி பாதிக்கப்பட்டுவிட்டது என்றே சொல்லலாம். வேறு வழி இல்லாமல் கல்விக்கூடங்கள் 'ஆன்லைன் கிளாஸ்' எனப்படும் இணையவழி வகுப்புகளை நடத்தத் தொடங்கின. அதாவது, அவரவர்கள் இருந்த இடத்திலிருந்தே இணையதளம் மூலமாக கற்கும் முறை. ஆசிரியர்கள் அவரவர் இல்லத்திலிருந்து இணையதளம் மூலம் பாடங்களை நடத்த, அவற்றை மாணவ மாணவியர் அவர்களது இல்லத்திலிருந்தே இணையதள இணைப்பு மூலம் கவனிக்க வேண்டும். இந்த முறையில் இருதரப்பு உரையாடல்களும் சாத்தியமானதால், ஆரம்பத்தில் இந்த இணையவழிக் கல்விமுறை நன்றாகவே இருந்தது.

ஆனால், காலப்போக்கில் சில நடைமுறைச் சிக்கல்கள் ஏற்பட்டன. நேரடி வகுப்புகளில் அமர்ந்திருப்பதைப்போல நீண்ட நேரம் இணையவழி வகுப்புகளில் மாணவர்களால் அமர்ந்து கவனிக்க முடியவில்லை. தொடர்ச்சியாக கைபேசி, கணிணி, தொலைக்காட்சி வழியாக இணையவழி வகுப்புகளை கவனிப்பதால் கண்களுக்கு பாதிப்பு, மனச்சோர்வு போன்ற பாதிப்புகள் மாணவர்களுக்கு ஏற்படத் தொடங்கின. இணையவழி கற்றல்முறை என்பது அறிவியல் பாடங்களுக்கு மிகவும் சவாலாக இருந்தது. காரணம், அந்தப் பாடங்களைப் பயில ஆய்வக வசதிகள் தேவைப்படும் என்பதால், இணையதளம் மூலமாக மட்டுமே படிப்பது போதுமானதாக இல்லை.

ஒரு வீட்டில் இரண்டு பிள்ளைகள் இருந்தால் அவர்களுக்குத் தேவையான கைபேசி, கணிணி வசதியை ஏற்படுத்தித் தருவது, கிராமப் பகுதிகளில் இணையதள வசதியை ஏற்படுத்தித் தருவது போன்ற நடைமுறைச் சிக்கல்களை பெற்றோர்கள் சந்திக்க நேரிட்டது. புதிய முறை என்பதால் அதைப் பழகுவதற்கு ஆசிரியர்களுக்கும் சிறிது கால அவகாசம் தேவைப்பட்டது.

இணையவழியில் மாணவர்களுக்குப் பயிற்சி அளிக்கும் ஆசிரியர்களுக்கான அனுபவங்கள் கலவையாகவே இருந்தன. கூகுள் மீட் அல்லது ஜூம் போன்ற செயலிகளில்தான் ஆசிரியர்கள் வகுப்புகளை எடுத்தார்கள். ஆனால் ஆசிரியர்கள், மாணவர்களை நேரடியாகச் சந்தித்து அவர்களை மேம்படுத்த உதவுவது என்பது விடை கிடைக்காத வினாவாகவே நீடித்தது. ஆசிரியர்கள், மாணவர்கள், பெற்றோர்கள் என யாரிடம் பேசினாலும் இந்த எண்ணம் அவர்களிடமும் பிரதிபலித்தது. கொரோனா வைரஸ் பரவல், மாணவர்களுக்கு கல்வி நிறுவன வளாகங்களில் ஏற்படும் அனுபவத்தை முற்றிலும் மாற்றியது.

அதேநேரத்தில், தேர்வு போன்றவற்றை இணையவழியில் நடத்துவதிலும் சில சிக்கல்கள் எழுந்தன. அனைத்தையும் எதிர்கொண்டு 2020-2021ஆம் கல்வி ஆண்டு முழுவதுமாக பள்ளி, கல்லூரி என அனைத்து கல்வி நிலையங்களும் இணையவழி யிலேயே நடைபெற்றன. கொரோனாவால் பொதுமக்கள் எதிர்கொண்ட பொருளாதார பிரச்னைகள் காரணமாக தங்கள் பிள்ளைகளுக்கான கல்விக்கட்டணத்தைச் செலுத்த முடியாத நிலையும் பல பெற்றோர்களுக்கு ஏற்பட்டது. இதனால், கல்வி நிலையங்களும் பொருளாதார இழப்பை சந்திக்க நேரிட்டது.

கொரோனா வைரஸ் தொற்று, தற்போதுள்ள கல்விக்கொள்கைகள் குறித்து மறு ஆய்வு செய்ய வேண்டியதன் அவசியத்தையும், மறு கட்டமைப்புகள் உருவாக்கப்பட வேண்டும் என்ற தேவையையும் ஏற்படுத்தியுள்ளது.

ஐரோப்பிய நாடுகள் சிலவற்றில் கொரோனா தொற்றுக்குப் பின் சில பள்ளிகள் மாணவர்களுக்கிடையே கண்ணாடித் தடுப்புகளை எழுப்பி, பிரித்து அமர வைக்கப்படுவதாக செய்திகள் வெளியாகியன.

சில பள்ளிகள் ஒவ்வொருமுறையும் மாணவர்கள் உள்ளே நுழையும்போது அவர்களுக்கு உடல்வெப்பப் பரிசோதனை நடத்துவதாகவும் கூறப்பட்டது.

உலக நாடுகளில் இணையதளம் மூலம் கல்வி கற்பது புதிய போக்காக உருவெடுத்து இருக்கலாம். ஆனால், சமூக ரீதியாகவும் பொருளாதார ரீதியாகவும் பலதரப்பட்ட மக்கள் வசிக்கும் இந்தியா போன்ற நாட்டில் இப்படிப்பட்ட அணுகுமுறைகள் மாணவர்களுக்கு வெவ்வேறு அனுபவத்தை உண்டாக்கி உள்ளது. பொருளாதார ரீதியாக பின் தங்கிய பிரிவைச் சேர்ந்த மாணவர்களுக்கு இது எப்படிப்பட்டதாக இருக்கும்? என்பதைக் கணிக்க முடியவில்லை.

நாட்டின் பல பின்தங்கிய பகுதிகளில் பிள்ளைகள் பள்ளிக் கூடங்களுக்குச் செல்வது என்பது, படிப்பதைத் தவிர நண்பர்களைச் சந்திப்பது, அவர்களுடன் உரையாடுவது, மதியஉணவுத் திட்டம் மூலம் பயன் அடைவது போன்ற பல்வேறு பலன்களையும் தருவதாக இருக்கிறது. இப்போது அவை அனைத்தையும் இழந்துவிட்டார்கள் என்ற வாதத்தையும் ஒதுக்கிவிடுவதற்கில்லை.

ஊரடங்கு அமல்படுத்தப்பட்டது முதல் தன்னுடைய குழந்தை வீட்டிலேயே எதுவும் செய்யாமல் முடங்கிக் கிடக்கிறது என்று பல பெற்றோர்கள் சொன்னதையும் கேட்க முடிந்தது.

இணையவழிக் கல்வி என்பது இனிமேலும் தொடரத்தான் போகிறது என்று ஒரு தரப்பினர் சொல்கிறார்கள். அது உண்மையாக இருந்தாலும், அது ஒருபோதும் பள்ளிகளுக்கு மாற்றாக அமையாது. இணையம் மூலம் பாடம் நடத்துவது வெற்றிகரமானதாக அமைய வேண்டுமென்றால், ஒவ்வொரு குழந்தையின் தேவை, புரிந்துகொள்ளும் தன்மை மற்றும் சூழ்நிலைக்கு ஏற்ப அவர்களுக்குப் பாடம் நடத்தப்பட வேண்டும்.

உதாரணமாக, தமிழ்நாட்டின் தொலைதூர கிராமங்களில் இருந்து பயிலும் குழந்தைக்கும், இணையதள வசதி மிகுந்த தலைநகர் சென்னையில் பயிலும் குழந்தைக்கும் காணொலிக் காட்சி மூலமாக பாடம் நடத்துவது சமமானதாகத் தெரியாது. அதேபோல கற்றல் திறனில் குறைபாடு உள்ள குழந்தைகளுக்கு இணையதளம் மூலம், நேரில் சந்திக்காமல் பாடம் நடத்துவது - புரிந்துகொள்வதில் பெரிய அளவில் பயனளிக்காது.

சமூகத்தின் கடைசிநிலையில் வாழும் மாணவர்களுக்கு இந்த கோவிட்19 எனப்படும் கொரோனா பெருந்தொற்று என்பது கல்வியிலும் வாழ்க்கையிலும் முழுமையாக ஓராண்டு இழப்பை ஏற்படுத்தியிருக்கிறது என்றே சொல்ல வேண்டும்.

அறிவியல்பூர்வமாக பயில்தல், தொழில் முனைவு, கலைப்படைப்புகள் ஆகியவற்றை மாணவர்கள் செய்முறை வாயிலாகக் கற்றுக்கொள்ள வேண்டியது அவசியம். காரணம், வேலைதேடும் மாணவர்களைவிட வேலை தரும் மாணவர்களை உருவாக்குவது இன்றைய உலகில் அதிகத் தேவையாக இருக்கிறது. பிரச்னை என்ன என்பதை அறிந்துகொள்ளும் திறன் வாய்ந்த தனிநபர்களை உருவாக்கி, தீர்வை நோக்கி அவர்களைப் பயணிக்கவைப்பது ஆசிரியர்களுடைய முக்கிய பணியாக இருக்கிறது.

இன்றைய இணையவழிக் கல்வியில் வேறொரு முக்கியமான கேள்வியும் எழுகிறது. பாடத்திட்டம் அல்லாத பிற நடவடிக்கைகளில் மாணவர்கள் இணையதளம் வாயிலாக எவ்வாறு தங்களை ஈடுபடுத்திக் கொள்வார்கள்? கலை, கைவினை, நடனம், விளையாட்டு ஆகியவற்றில் அவர்கள் எவ்வாறு ஈடுபடுவார்கள்?

இவையெல்லாம் நிகழ வேண்டுமென்றால் பள்ளி வளாகத்திலும், பள்ளியின் விளையாட்டு மைதானங்களிலும் மாணவர்கள் நேரடியாக வந்து பங்கெடுப்பது அவசியமல்லவா? பள்ளிக்கூடம் சிறியதோ,பெரியதோ ஆசிரியர்களுக்கும் மாணவர்களுக்கும் நேரடியான தொடர்பு இல்லாமல், மாணவர்களின் தேவைக்கேற்ப அவர்களுக்கான திறன் மேம்பாட்டை வழங்குவது கொரோனா தொற்றுக்குப் பிந்தைய உலகத்தில் மிகப் பெரிய அறைகூவலாக இருக்கும் என்றே கல்வியாளர்கள் கருதுகிறார்கள்.

தமிழ்நாட்டைப் பொறுத்தவரை கொரோனா சூழலால் 2020-2021 கல்வியாண்டு முழுவதும் மாணவர்கள் தொலைக்காட்சி மற்றும் இணையதளம் மூலமாகவே கல்வி பயின்று வந்ததால், 2020ஆம் ஆண்டு ஒன்று முதல் பத்தாம் வகுப்பு வரை அனைத்து மாணவர்களும் தேர்ச்சி பெற்றதாக தமிழக அரசு அறிவித்தது. அதேபோல் அந்தக் கல்விஆண்டு முழுவதும் மாணவர்கள் மற்றும் ஆசிரியர்கள் எதிர்கொண்ட அசாதாரண சூழ்நிலையைக் கருத்தில் கொண்டு 2021ஆம் கல்வியாண்டிலும் 9,10 மற்றும்

11ஆம் வகுப்பு மாணவர்கள் அனைவரும் முழுஆண்டுத் தேர்வுகள் மற்றும் பொதுத்தேர்வுகள் ஏதுமின்றி தேர்ச்சி பெற்றதாக சட்டப்பேரவையில் விதி 110ன் கீழ் முதலமைச்சர் பழனிச்சாமி அறிவித்தார். இதனால், மாணவர்களும் பெற்றோர்களும் சற்று நிம்மதி அடைந்தாலும், இந்தக் கல்விஆண்டில் மாணவர்களின் கல்வித்தரம் எப்படி இருந்திருக்கும் என்பது கேள்விக்குறியே!

கொரோனா எனும் பெருந்தொற்றால், இந்தியா மட்டுமல்ல... உலகம் முழுவதும் கல்வி ஒரு புரட்சிகரமான மாற்றத்தை எதிர்கொண்டிருக்கிறது. இதனால் ஏற்படப்போகும் தொடர் மாற்றங்கள், நீண்டகால அடிப்படையில் மாணவர்களிடம் எத்தகைய தாக்கங்களை ஏற்படுத்தும் என்பதற்கு காலம்தான் பதில் சொல்லும்!

✳ ✳ ✳